द. ग. गोडसे प्रभाषित

युवराज संभाजीराजे
आणि
सती गोदावरी

संपादक

डॉ. जयसिंगराव पवार

मेहता पब्लिशिंग हाऊस

Please contact us at **Mehta Publishing House Pvt. Ltd.**
✆ +91 020-24476924 / 24460313 / Mob. No. 9545000513
Email : production@mehtapublishinghouse.com
Website : www.mehtapublishinghouse.com

YUVRAJ SAMBHAJIRAJE ANI SATI GODAVARI by
Dr. JAYSINGRAO PAWAR

युवराज संभाजीराजे आणि सती गोदावरी / संशोधनात्मक

author@mehtapublishinghouse.com

संस्थापक : सुनील अनिल मेहता

प्रकाशक : मेहता पब्लिशिंग हाऊस प्रा. लि.
१९४१, सदाशिव पेठ, माडीवाले कॉलनी, पुणे – ४११०३०

मुद्रक : ट्रिनिटी ॲकॅडमी फॉर कॉर्पोरेट ट्रेनिंग लिमिटेड

मुखपृष्ठ : चंद्रमोहन कुलकर्णी

प्रथमावृत्ती : सप्टेंबर, २०२२

किंमत : ₹ १७०

P Book ISBN 9789395477048
E Book ISBN 9789395477055
E Books available on : amazonkindle Apple Books Google Play Books

द. ग. गोडसे

यांच्या स्मृतीस

"अव्वल दर्जाची प्रतिभा व ऊर्जा
गोडसे यांच्या ठिकाणी रसरसत
असलेली जाणवत असे. अशी
माणसे भाग्यवशात गाठ पडतात!"
-प्राचार्य म. द. हातकणंगलेकर
(मराठीतील ख्यातनाम साहित्यिक व समीक्षक)

संपादकीय

प्रतिभावंत साहित्यिक, कलावंत, इतिहाससंशोधक आणि विचारवंत (कै.) द. ग. गोडसे यांच्याशी तीसएक वर्षांपूर्वी झालेला हा एक पत्रसंवाद आहे. स. १९८९-९० साली साजऱ्या झालेल्या 'छत्रपती संभाजी महाराज त्रिशत पुण्यतिथी महोत्सवा'चे त्यास निमित्त घडले. हा महोत्सव महाराष्ट्रात अनेक ठिकाणी साजरा झाला. त्यातील दोन समारंभांस मोठी प्रसिद्धी मिळाली. पहिला संगमेश्वर, जि. रत्नागिरी येथील, तर दुसरा वढू बु॥, जि. पुणे येथील. पहिल्या ठिकाणी शत्रूंशी लढत असता संभाजी महाराज पकडले गेले, कैद झाले. दुसऱ्या ठिकाणी त्यांना औरंगजेब बादशहाच्या हुकमाने हालहाल करून ठार मारले गेले. दोन्हीही ठिकाणे संभाजीचरित्राच्या दृष्टीने महत्त्वाची.

संगमेश्वर येथील समारंभ कोल्हापूरचे विद्यमान छत्रपती श्री शाहू महाराज, महाराष्ट्राचे मुख्यमंत्री शरद पवार व गोव्याचे मुख्यमंत्री प्रतापसिंह राणे यांच्या प्रमुख उपस्थितीत पार पडला. त्याच वेळी संगमेश्वरी 'संभाजी महाराज स्मारकाचे'ही भूमिपूजन पार पडले. वढू बु॥च्या हुतात्मा सोहळ्यास साताऱ्च्या राजमाता श्रीमंत सुमित्राराजे भोसले, भारताचे संरक्षणमंत्री के. सी. पंत आणि शरद पवार हजर होते. सर्व महाराष्ट्रातून हजारो लोक मराठ्यांच्या या थोर राजास आदरांजली वाहण्यासाठी जमले होते. तीनशे वर्षांनंतरही मराठी माणसांच्या हृदयात छत्रपती संभाजीराजाबद्दल किती आदराची व ममत्वाची भावना आहे, हेच या दोन सोहळ्यांनी दाखवून दिले.

या दरम्यान संगमेश्वरच्या छत्रपती संभाजी स्मारक समितीने त्रिशत पुण्यतिथीच्या निमित्ताने माझ्यावर 'छत्रपती संभाजी स्मारक ग्रंथा'चे काम सोपविले; आणि त्या दृष्टीने मी कामास लागलो. हयात असणाऱ्या इतिहासकारांचा लेखसंग्रह करून तो संपादन करण्याचा मर्यादित दृष्टिकोन मी स्वीकारला नाही; तर संभाजीकालापासून आतापर्यंत ज्यांनी ज्यांनी संभाजीराजांबद्दल वैशिष्ट्यपूर्ण लिहिले असेल अशा सर्व स्वकीय व परकीय इतिहासकार, बखरकार, साहित्यिक, समीक्षक, कवी, शाहीर आदींच्या लिखाणांचा व रचनांचा समावेश ग्रंथात व्हावा, असे वाटल्यावरून मी त्यांच्या लिखाणाचा मागोवा घेण्यास सुरुवात केली.

अशा प्रयत्नातूनच माझ्या निदर्शनास आले की साहित्यिक कलावंत (ज्यांना इतिहास संशोधक, इतिहाससमीक्षक असेही बिरुद लावता येईल) द. ग. गोडसे यांनी संभाजीराजांची एक तथाकथित नायिका गोदावरी हिच्या लोककथेवर एक लेख लिहिला असून, या लोककथेचा त्यांनी इतिहास व लोकसाहित्य यांच्या अंगांनी शोध घेतला आहे. तो वाचताक्षणीच मी त्याची निवड स्मारक ग्रंथासाठी केली आणि त्याच्या पुनर्मुद्रणासाठीच्या संमतीसाठी त्यांना एक पत्र लिहिले. त्यात अशी विनंती केली की, मूळ लेख मोठा आहे तो थोडा recast करून पाठविता आला किंवा नव्यानेच लिहून पाठविता आला तर पाहावे आणि मग त्यांच्या-माझ्या पत्रांचा जो सिलसिला सुरू झाला तो स्मारक ग्रंथाच्या प्रकाशनापर्यंत चालूच राहिला.

प्रारंभीच्या काही पत्रांतच द. ग. गोडसे (दग) यांनी पत्रलेखनाविषयी भूमिका मला कळविली होती. आपणास पत्रलेखनाची नुसती आवडच नाही त्याचा 'सोस' आहे, असे त्यांनी मिश्कीलपणे म्हटले आहे. येणाऱ्या प्रत्येक पत्राला आपण तातडीने उत्तर पाठवितो, याचे कारण सांगताना ते म्हणतात, "पत्रोत्तर लगेच दिले नाही तर दुसऱ्या टोकाला एक व्यक्ती आपल्या उत्तराची वाट पाहत आहे असा माझा समज असतो. प्रत्यक्ष संवादात विचारलेल्या प्रश्नास जसे आपण लगेच उत्तर देऊन मोकळे होतो, तसेच आलेल्या पत्राला ताबडतोब उत्तर लिहून मोकळे व्हावे असे मला वाटत असते." माझ्या पत्रांना दगंचे लगेच उत्तर यायचे; पण त्यांच्या पत्रांना मात्र लगेच उत्तर पाठविणे मला कामाच्या व्यापामुळे शक्य होत नसे.

पहिल्या एक-दोन पत्रांतच माझ्या लक्षात आले की, दगंशी होणारा पत्रव्यवहार हा एका साहित्यिक इतिहास संशोधकाशी व एका मनस्वी

कलावंताशी होणार आहे. तसेच हा केवळ पत्रव्यवहारच नव्हे 'पत्रसंवाद' होऊन तो एक 'काव्यशास्त्रविनोद'ही ठरणार आहे. स्वाभाविकच त्याची एक स्वतंत्र फाइलच मी घातली. त्यात त्यांच्या पत्रांबरोबर मी त्यांना पाठविलेल्या पत्रांच्या कार्बन प्रतीही ठेवल्या. काही प्रसंगी कार्बन प्रती काढायच्या राहून गेल्या. त्यामुळे या पत्रव्यवहारात माझी काही पत्रे गैरहजर आहेत; पण त्यामुळे फारसे बिघडत नाही. दगंच्या उत्तरावरून वाचकाच्या लक्षात येते की, माझ्या गैरहजर पत्रात काय म्हटले आहे.

पत्रलेखन हासुद्धा साहित्य प्रकारच आहे. त्याचे एक महत्त्वाचे वैशिष्ट्य सांगताना दगंनी म्हटले आहे की, ताबडतोब पत्रोत्तर लिहिण्यात उत्साह असला, आंगवण दिसत असली तरी त्या पत्रलेखनात एक उत्स्फूर्त ताजेपणा अधिक असतो आणि वाङ्मयीन लेखनाप्रमाणे पत्रलेखनातही ताजेपणा आवश्यक असतोच. असणे आवश्यक! आणि हा ताजेपणा पत्रलेखनाची तीव्र इच्छा Impulse असल्याशिवाय येत नसावा, असे जाणवते.

ही तीव्र इच्छा कशी असते व त्यातूनही साहित्याची नवनिर्मिती कशी होते, हे स्पष्ट करणारी जॉर्ज बर्नाड शॉ यांच्या आयुष्यातील एक गोष्ट दगंनी सांगितली आहे. शॉ साहेबांशी एका महिलेचा Phoneticsमधील एका शंकेवरून पत्रसंवाद सुरू झाला व तो पुढे दहा-बारा वर्षे चालू होता. विशेष म्हणजे शॉ साहेबांनी लिहिलेली सर्व पत्रे त्यांच्या हस्ताक्षरातील होती. दगंनी म्हटले आहे की, पत्रव्यवहार करतेवेळी शॉ साहेबांचे वय ८०च्या पुढचे तर गृहिणी चाळिशी उलटलेली. दोघांची प्रत्यक्ष भेट पूर्वी कधीच झाली नाही आणि नंतरही कधी झाली नाहीच. हा पत्रव्यवहार फारच गमतीदार आणि अजूनही Fresh वाटतो.... या दोघांचा 'मुक्त' अक्षरसंवाद.... शॉ साहेबांच्या मृत्यूनेच थांबला!"

आमच्या आरंभीचा पत्रव्यवहाराचा विषय संभाजीराजा-गोदावरी यांच्याभोवती फिरत राहिला. त्या संदर्भात 'दगं'नी अगदी पहिल्याच पत्रात 'शिवाजी-संभाजी' या दोन ऐतिहासिक व्यक्तींविषयी एक अतिशय मार्मिक विधान केले आहे. ते असे : "प्रत्येक माणसात 'शिवाजी' (महाराज) असतोच असे नाही; पण 'संभाजी' (महाराज) असतोच... कोणाही संवेदनशील मनाची विलक्षण पकड घेणारे हे विधान आहे. 'दग' हे मानवी भावभावनांचा शोध घेणारे साहित्यिक इतिहाससंशोधक होत, ते या अर्थाने."

संभाजीराजा हा 'दगं'चा आवडता शोधाचा व चिंतनाचा विषय. या

राजाच्या ऐतिहासिक चरित्रापेक्षा त्याच्याभोवती असणाऱ्या अवकाशाचा शोध घेण्यात त्यांना कमालीचा रस होता. किंबहुना, ऐतिहासिक घटना व व्यक्ती यांच्या भोवतालच्या अवकाशाचा शोध घेणे म्हणजेच खरे इतिहाससंशोधन असा त्यांचा दृष्टिकोन होता. मराठी इतिहासकार असा शोध घेत नाहीत ही त्यांची तक्रार होती. ते म्हणतात, ''खरा इतिहास हा या अवकाशातच दडलेला असतो. त्याचा शोध घेणे हेच इतिहासकारांचे खरे कर्तव्य! खरे संशोधन ते हेच!''

महाराष्ट्रातील सर्वच इतिहाससंशोधक व इतिहासकार 'दगं'च्या या 'अवकाश थिअरी'शी सहमत होतीलच असे नाही. No Documents, No History हे सत्य कोणी डावलू शकत नाही; पण कागदपत्रे सर्वच इतिहास सांगतात असे नाही. काही वेळा ते इतिहासकारांना तर्कांचे अश्व बसायला देऊन घटना/ व्यक्तीभोवती असणाऱ्या 'संभाव्य सत्याच्या' रिंगणात सैर करावयास लावतात. अशी सैर म्हणजे एक प्रकारचा अवकाशशोधच असतो. ते काहीही असले तरी इतिहास-संशोधनाच्या क्षेत्रात 'अवकाश थिअरी' मांडणारे 'दग' हे पहिले मराठी इतिहाससंशोधक आहेत, हे मान्य करावे लागेल. 'दगं'चा 'मस्तानी' हा ग्रंथ त्यांच्या पंधरा वर्षांच्या अवकाश शोधाचेच फलित आहे, असे त्यांनी एका ठिकाणी म्हटले आहे.

संभाजीराजाच्या व्यक्तिमत्त्वाचे 'दगं'ना प्रचंड आकर्षण आहे. फ्रान्सच्या सेंट जोनप्रमाणे अथवा इंग्लंडच्या हॅम्लेटप्रमाणे संभाजीराजा हा एक 'a completely misunderstood Prince' आहे; म्हणूनच हॅम्लेटप्रमाणे त्याचा पुन्हा शोध घेणे आवश्यक आहे, असे आपले मत नोंदवून ते पुढे म्हणतात, ''सूक्ष्मार्थाने संभाजी महाराजांचा शोध म्हणजे मराठी माणसांचाच आत्मशोध ठरावा... हे भाग्य इतिहासातील किती राजपुत्रांना लाभले?''

संभाजीराजाच्या गूढरम्य अशा व्यक्तित्वाचे विश्लेषण करताना 'दग' प्रतिभेच्या एका वेगळ्याच पातळीवर जाऊन घोषित करतात : ''संभाजी राजे मानवी collective unconscious चे प्रतीक ठरतात. हॅम्लेटचा सहोदर वाटावा एवढा हा राजपुत्र आणि राजा enigmative आहे. It has always reminded me of Monalisa's famous smile. In this odd sense... संभाजी seems to be the creation of not only Maratha History but the प्रतिभा creation of human unconscious... मला वाटते असे अलौकिक भाग्य पुण्यश्लोक शिवाजीराजांनाही लाभले नाही.

Of course, I adore शिवाजी महाराज... but I love संभाजी... "as a prince and more as a king!"

अशा या संभाजीराजांच्या जीवनातील एक तथाकथित वादळी नायिका म्हणजे गोदावरी. संभाजी - गोदावरी प्रसंग हा खरोखर इतिहासात घडून गेलेला आहे, असे गृहीत धरून अनेक मराठी साहित्यिकांनी आपल्या प्रतिभाशक्तीच्या बळावर नाटके व कादंबऱ्या रंगविल्या. काही इतिहासकारांनाही या गोदावरीच्या कथेने भुरळ पाडली.

संभाजी - गोदावरी कथा ही रायगडाच्या परिसरातील एक लोककथा आहे; ती इतिहासात घडलेली घटना नाही, म्हणजे त्या लोककथेतील संभाजी हा ऐतिहासिक 'संभाजी' नव्हे, हे 'दगं'नी एका स्वतंत्र लेखात आपल्या मर्मग्राही लेखनशैलीने सिद्ध केले आहे (परिशिष्ट - १ पाहा).

पण, संभाजीविरोधकांनी मात्र या लोककथेच्या आधारावर संभाजीराजांना बदनाम केले, असे 'दगं'चे म्हणणे आहे. ते लिहितात, "संभाजीराजाचे विरोधक या जुन्या लोककथेचा फायदा घेऊन... एका 'मिथ' संभाजीराजांच्या ऐतिहासिक व्यक्तिमत्त्वाला चिकटवीत आहेत. मस्तानीप्रमाणे संभाजीराजांनाही अनेक विरोधक होते. मस्तानीप्रमाणेच व्यक्तिगत आकसापायी या विरोधकांना संभाजीराजांनाही बदनाम करावयाचे होते. म्हणूनच मी म्हणतो, मस्तानी जशी बुद्धिपुरस्सर misinterpreted व्यक्तिमत्त्व होते. तसेच, संभाजीराजांचे व्यक्तिमत्त्व... deliberately tarnished होते. माझ्या मते शिवाजीराजांपेक्षा संभाजीराजे... हे एक अत्यंत human, down to earth, subtle (सूक्ष्म) व्यक्तिमत्त्व होते.... and मस्तानीप्रमाणे it could be understood and appreciated by Angels... and not by Marathi Historians... of whatever vision you credit them with."

लोककथा कशा तयार होतात, त्यांच्यात सातत्याने कशी भर पडते, स्थलकालानुरूप त्या आपले रूप कशा बदलतात, याचे फार सुंदर विश्लेषण 'दगं'नी आपल्या गोदावरीवरील लेखात केले आहे. मुळात, लोककथा या प्रवाही व प्रवासी असतात. गोदावरीची लोककथाही अशीच प्रवासी बनून रायगडाच्या परिसरात आली असावी. तिचे मूळ बेगडा महंमद-चंद्रगुजरी या गुजराती लोककथेत असावे व गुजराती लोककथा दक्षिणेत येणाऱ्या व्यापारी महामार्गावरून खाली उतरून रायगडाच्या परिसरात 'गोदावरीची कथा' म्हणून स्थिरावली असावी; कारण दोन्ही लोककथांचा आशय व

निष्ठा एकच आहेत, असे अनुमान 'दगं'नी प्रस्तुत लोककथेचा शोध घेताना बांधले आहे.

लोककथेचा इतिहासाशी संबंध असतोच असे नाही, हे प्रतिपादन करताना 'दग' म्हणतात, "लोककथांचे वैशिष्ट्य हे की आपल्या श्रद्धा - निष्ठा जपण्याकरिता त्या नवे संदर्भ शोधीत असतात. त्यामुळे त्या सतत प्रवाही राहू शकतात. प्रस्तुत लोककथा शिवकाळाच्या आधीची असली, तरी शिवकाळात योग्य नवा संदर्भ मिळताच शिवकालीन व्यक्तींची नावे घेऊन... नव्या स्वरूपात... वेगळ्या थाटघाटात... नव्या जोमाने प्रवाही झाली असणेही शक्य आहे. ऐतिहासिक व्यक्तींची नावे घेतली म्हणून इतिहासाचे लोककथेला सोयरसुतक नसते."

गोदावरीच्या लोककथेच्या अनुषंगाने 'दगं'नी संभाजीराजांच्या तथाकथित दुर्वर्तनासंबंधीच्या ऐतिहासिक पुराव्यांचीही चर्चा-चिकित्सा केली आहे. इंग्रज वखारवाल्यांच्या बातमीपत्रातील संभाजीराजांच्या दुर्वर्तनाची बातमी ही लोणकढी थाप वाटावी इतकी विपर्यस्त असल्याचे त्यांनी पत्रांतर्गत विसंगती निदर्शनास आणून प्रतिपादन केले आहे.

पुढे रायगडच्या परिसराचा अधिक शोध घेता 'दगं'ना समजून चुकले की, गडाच्या पायथ्याशी सती गोदावरीची म्हणून जी समाधी दाखविली जाते ती मुळी गोदावरीची नाहीच. ती आहे सवाई माधवराव पेशवे यांची स्त्री यशोदाबाई हिची! यशोदाबाईची ही समाधी कालाच्या ओघात दुर्लक्षित झाली; अनामिक बनली. या अनामिक झालेल्या समाधीवर गोदावरीची लोककथा अलगद येऊन बसली!

'दगं'च्या लेखाचा मूळ उद्देश रायगडच्या परिसरातील 'गोदावरीच्या लोककथेचा' शोध घेणे हा असला, तरी त्या अनुषंगाने त्यांनी संभाजीराजांच्या जीवनामधील एका तथाकथित वादग्रस्त नायिकेच्या ऐतिहासिक अस्तित्वासंबंधी जे सत्य उजेडात आणले आहे ते संभाजीराजांच्या 'चरित्रास व चारित्र्यास' नवा उजाळा देऊन त्यास अधिक तेजस बनविणारे ठरले आहे.

संभाजीराजे - गोदावरी यांच्याशिवाय शिवकालातील 'अल्पाक्षरत्व' हा एक विषय या पत्रसंवादात येऊन जातो. पत्रव्यवहार अनेकांशी होतो; पण फारच थोड्या लोकांबरोबर तो दीर्घकाल टिकतो. याला कारण बहुतेकांचा कंटाळा असे आपले मत नोंदवून 'दग' एके ठिकाणी म्हणतात, "साक्षराने अक्षरांचा कंटाळा करावा हे माझे मताने एक प्रकारचे अक्षरशत्रुत्वच प्रकट

करणे आहे; पण असे अक्षरशत्रू असतात याला इलाज नाही.''

यावर मी स्वस्थ बसावे की नाही? पण, माझ्यातील इतिहाससंशोधक स्वस्थ बसू देईना. 'दगं'च्या या विधानावर टिपणी करत मी लिहिले, ''साक्षरांनीच अक्षरांचा कंटाळा करावा ही गोष्ट तुम्हाआम्हास उद्वेगाची वाटत असली, तरी ती अनेकांच्या बाबतीत सत्य ठरते. तशी ही गोष्ट पूर्वीपासूनच चालत आलेली आहे. कृष्णाजी अनंत सभासदाने शिवाजीराजाचे चरित्र लिहून फार भली कामगिरी केली खरी; पण त्याने एवढे त्रोटक चरित्र लिहून एका परीने अक्षरांचा कंटाळाच केला, असे अनेक ठिकाणी वाटल्यावाचून राहत नाही. त्याचे 'शब्दसामर्थ्य' वगैरे बाबी मान्य करूनही अनेकदा मला वाटते की जिंजी किल्ल्यात दरवाजे लावून बंदिस्त राहिलेल्या या बखरकाराने राजियांचे पराक्रम वर्णन करताना फारच कंजूषपणा केला आहे. हीच गोष्ट पंत अमात्यांच्या 'आज्ञापत्राची'. अशी ऐतिहासिक साधने मुळात मोजकी.. हाताच्या बोटावर मोजता येण्यासारखी. या पार्श्वभूमीवर या मंडळींनी अक्षरांशी केलेला व्यवहार निराशाजनक आहे.''

'दग' म्हणजे १७व्या शतकातील, शिवकालातील, मराठी साहित्यावर मनस्वी प्रेम करणारा साहित्यिक कलावंत! ज्यांनी 'दगं'ची 'गतिमानी', 'शक्तिसौष्ठव' ही पुस्तके वाचली असतील त्यांच्या लक्षात येईल की मी चूड दाखवून वाघ अंगावर घेतला होता. तरीही मोठ्या संयमाने माझ्या टिपणीचा प्रतिवाद करताना त्यांनी मला उत्तर धाडले.

'' 'अक्षरांचा कंटाळा' याबद्दलचे तुमचे मत मान्य आहे; पण ही गोष्ट पूर्वीपासून चालत आलेली आहे, हे स्पष्ट करण्याकरता तुम्ही दिलेली सभासद, पंतअमात्य वगैरे उदाहरणे माझ्या मते पुन्हा तपासून घ्यायला हवीत. एक तर अक्षरव्यवहार करणारे या काळात मोजक्या जमातीतलेच साक्षर मंडळी असत. ही मंडळीसुद्धा त्यांच्या कारकुनी फडावरील अक्षरव्यवसायामुळे थोडेफार लेखन करावयास धजावत! किंबहुना, साहित्य अथवा वाङ्मय म्हणून ते लेखन करीत नसतच! शिवाय शिवकाळात 'अल्पाक्षरत्व' हा लेखनाचा स्थायिभावच असावा असेच 'जेधे करीना', 'सभासद बखर' आणि 'तुकारामाचे अभंग' यावरूनही स्पष्ट होते. दत्ताजी त्रिमलची ९१ कलमी (माझ्या मते ९१ प्रकरणी) बखर तर शिवकालीन अल्पाक्षरी गद्याचा उत्कृष्ट नमुना वाटते. माझ्या 'गतिमानी' या पुस्तकात या बखरीतील शिवाजीराजांचे आजे मालोजी यांनी लखुजी जाधवरावांनी आपली

मुलगी शहाजीला देण्याचे नाकारल्यामुळे... लखुजी जाधवरावांना नव्हे तर खुद्द निजामशहाला घातलेला धाक दत्ताजी त्रिमल याने... फक्त काही मोजक्या ओळींतच नमूद केला आहे; पण या मोजक्या ओळींतील प्रत्येक शब्दच नव्हे तर शब्दांचा कानामात्रासुद्धा एवढ्या जबरदस्त शक्तभाराच्या आहेत की शिवकालीन आविष्कार... पद्य असो अथवा गद्य असो, अल्पाक्षरी असूनही किती जबरदस्त आवाक्याचा असू शकतो हे जाणवून मती गुंग होते. जेधे करीनाही असाच स्फोटक, तरीही शिवकालीन म्हणून अत्यंत प्रभावीपणे कलात्मक. या कलात्मकतेचे सौष्ठव विस्तारी असूच शकत नाही. ते अल्पाक्षरीच असणार!''

शिवकालातील 'अल्पाक्षरत्वा'मधील 'दगं'ना भावलेले 'शक्तिसौष्ठव' व 'गतिमानता' हे तत्त्वत: मान्य केले तरी शिवकालीन लेखकांच्या अल्पाक्षरत्व शैलीमुळे शिवचरित्राची मोठी हानी झाली आहे, असे माझ्यासारख्या कागदपत्रांचा अभ्यास करून इतिहास लेखन करणाऱ्यास कसे विसरता येईल? सभासदाचे ऋण कोण अमान्य करील? पण, त्याने शिवचरित्र लिहिताना 'अक्षरांचा कंटाळा' केला, हा माझा आरोप आजही कायम आहे. शहाजीराजांनी शिवाजीराजांची रवानगी बंगळूरहून पुण्याकडे केल्यावर बारा मावळ प्रांत आपल्या अमलाखाली आणला. सभासदाने राजांचा हा पराक्रम दोन ओळींत संपवला. पाहा : ''ते पुण्यास आले. येताच बारा मावळे काबीज केली. मावळे देशमुख बांधून, दस्त करून पुंड होते त्यांस मारिले.'' बस्स. दोन वाक्यात स्वराज्याच्या पायाभरणीचा इतिहास त्याने संपविला!

दुसरे एक उदाहरण तर आपल्या पूर्वजांची इतिहाससंबंधीची अनभिज्ञता व उदासीनता यावर झगझगीत प्रकाश टाकणारे आहे. शिवाजी महाराजांनी कर्नाटक मोहिमेवर जाताना जिंकलेल्या प्रदेशात तातडीने प्रशासनयंत्रणा उभी करण्यासाठी वीस हजार कारकून बरोबर नेले होते. या मोहिमेत महाराजांनी अनेक मोठमाठे पराक्रम करून वीस लाख होनांचा मुलूख पैदा केला. खरे तर महाराजांच्या या मोहिमेचे वर्णन इतिहासकार 'कर्नाटक दिग्विजय' असा करतात. एखाद्या खंडकाव्याचा विषय व्हावा, असे हे शिवचरित्रातील वैभवशाली प्रकरण आहे. अशा या मोहिमेविषयी महाराजांच्या सैन्याबरोबर असलेल्या वीस हजार (साक्षर) कारकुनांपैकी एकाही कारकुनाने वीस ओळीसुद्धा टिपणरूपाने लिहिलेल्या आढळत नाहीत! आज कर्नाटक मोहिमेचा इतिहास आम्ही अभिमानाने जगाला सांगतो तो सर्व मद्रासच्या

इंग्रजांच्या आणि पांदेचरीच्या फ्रेंचांच्या पत्रव्यवहारावर आणि प्रशासकीय कागदपत्रांवर आधारलेला आहे. त्यांनी जर या नोंदी केल्या नसत्या तर महाराजांचा सर्व पराक्रम व कामगिरी कालौघात लुप्तप्राय झाली असती!

उपरोक्त वीस हजार कारकून 'साक्षर' होते खरे; पण त्यांचे साक्षरत्व हे हिशेब ठेवण्यापुरते मर्यादित होते. इतिहासाच्या संदर्भात ते 'अल्पाक्षरीच' नव्हे तर 'निरक्षरीच' होते!

असे अनेक मुद्दे उपस्थित करून मला 'दगं'शी वादविवाद करता आला असता; पण मला तो वाढवायचा नव्हता. इथंसुद्धा त्याविषयी अधिक खुलासेवार लिहिले. याचे कारण प्रस्तुतच्या वाचकांना माझी बाजू थोडी विस्ताराने समजावी म्हणून.

सप्टेंबर १९९०मध्ये 'छत्रपती संभाजी स्मारक ग्रंथ' कोल्हापुरात तर्कतीर्थ लक्ष्मणशास्त्री जोशी यांच्या हस्ते प्रकाशित झाला. तत्पूर्वीच मी त्याची भेट प्रत 'दगं'ना पाठविली होती; पण दुर्दैव असे की, एव्हाना त्यांच्या डोळ्यांना खुपऱ्यांचा त्रास सुरू झाला होता व डॉक्टरांनी त्यांना वाचनाची मनाई केली होती. त्यामुळे हातात ग्रंथाची प्रत येऊनही ती चाळण्याव्यतिरिक्त ते काही करू शकले नव्हते. किमान त्यांनी मी त्या ग्रंथासाठी लिहिलेली शंभर पानांची प्रदीर्घ प्रस्तावना तरी वाचावी, अशी माझी इच्छा होती; पण तेही प्रकृती अस्वास्थ्यामुळे शक्य झाले नाही.

मला त्यांना एकदा तरी भेटायची इच्छा होती. त्यांनाही कोल्हापुरी येऊन मला भेटायचे होते, अशी नोंद प्राचार्य म. द. हातकणंगलेकर यांनी त्यांच्या निधनानंतर लिहिलेल्या श्रद्धांजलीच्या लेखात केली आहे. (हा लेख परिशिष्टात दिला आहे.) दि. ५ जानेवारी, १९९२ रोजी वयाच्या ७८व्या वर्षी ते काळाच्या स्वाधीन झाले. एका प्रतिभासंपन्न साहित्यिकाला, एका कलंदर कलावंताला व मराठ्यांच्या इतिहासाला एक नवा आयाम देणाऱ्या विमुक्त संशोधकाला भेटण्याचे भाग्य लाभले नाही, याची खंत मला आजही अस्वस्थ करून जात असते.

मला असे वाटले की, द. ग. गोडसे या अवलियाशी सुमारे ३० वर्षांपूर्वी झालेला हा पत्रव्यवहार बासनात गुंडाळून ठेवण्यापेक्षा तो संपादित करून चालू पिढीसमोर ठेवावा.

संभाजीराजे, गोदावरी, मस्तानी या ऐतिहासिक व्यक्तींबरोबरच, 'दगं'ची आवडती अवकाश संकल्पना, त्यांची शिवकालीन मराठी साहित्याविषयीची

व मराठी इतिहासकारांसंबंधीची मते, जॉर्ज बर्नाड शॉ आणि त्यांची मैत्रीण मोनालिसा असे अनेक विषय या पत्रव्यवहारातून येऊन जातात. एखाद्या साहित्यिक कलावंताचे पत्रलेखनही किती कलात्मक व सर्जनशील असू शकते याचे हे उत्कट उदाहरण आहे. आणि म्हणूनच असे साहित्य प्रकाशित व्हावे, त्याचा रसास्वाद 'दगं'च्या चाहत्यांना व मराठी साहित्य रसिकांनाही मिळावा, या विशुद्ध हेतूने हे छोटेखानी पुस्तक सादर करीत आहे.

– जयसिंगराव पवार

आभार

प्राचार्य सुनीलकुमार लवटे
श्री. सदानंद कदम
श्रीमती अस्मिता मोहिते
मा. संपादक, सकाळ
श्री. निहाल शिपूरकर

अनुक्रमणिका

१. संपादकीय । सहा

२. पत्रव्यवहार नव्हे पत्रसंवाद । १

३. परिशिष्ट - १ : संभाजीराजा आणि गोदावरीची लोककथा । ४६

परिशिष्ट - २ : द. ग. गोडसे : अव्वल दर्जाचा प्रतिभावंत । ८२

परिशिष्ट - ३ : द. ग. गोडसे : चरित्र - रूपरेषा । ८८

पत्रव्यवहार नव्हे पत्रसंवाद

१.

माटुंगा, मुंबई - ४०००१९
दि. २३-७-१९८८

'माननीय जयसिंगराव पवार यांस -

सादर नमस्कार...

आपले दि. १५-७-८८ चे पत्र व सोबतचे पत्रक काल संध्याकाळी मिळाले. गेल्या वर्षी मी जागा बदलून माझ्या जुन्या माटुंग्याच्या जागेत राहायला आलो आहे. तुमचे पत्र जुन्या पत्त्यावर टाकण्यात आले. त्यामुळे ते मिळण्यास उशीर झाला. परिणामी, पत्रोत्तरास उशीर होत आहे, याबद्दल क्षमा करावी.

संभाजीराजांच्या ३००व्या पुण्यतिथीनिमित्त स्मारक-ग्रंथ प्रकाशित होत आहे, ही आनंदाची गोष्ट! आमच्या सर्वांच्या हार्दिक शुभेच्छा!

लेखाबद्दल मात्र निश्चित सांगता येत नाही. तसा मी संभाजी महाराजांबद्दल बराच विचार केला आहे. माझ्या 'ऊर्जायन' या पुस्तकात गोदावरीच्या लोककथेच्या संदर्भात त्यांचा शोध घेण्याचा माझ्या परीने मी प्रयत्न केला आहे. 'प्रत्येक माणसात 'शिवाजी' (महाराज) असतोच असे नाही; पण 'संभाजी' (महाराज) मात्र असतोच... असे माझे मत. संभाजीराजांच्या चरित्राचा तटस्थ दृष्टीने अभ्यास केल्यास हे जाणवते. ही जाण संभाजीराजांनी दिली. म्हणून मी त्यांचा ऋणी आहे.

आपल्या 'स्मारक ग्रंथास' पुन्हा हार्दिक शुभेच्छा! सर्वांस नमस्कार. पत्राबद्दल आभार.

कळावे.

आपला
द. ग. गोडसे

❖

२.

माटुंगा, मुंबई - ४०००१९
दि. ११-२-१९८९

माननीय जयसिंगराव पवारसाहेब यांस,

सप्रेम नमस्कार,

आपले दि. ९ फेब्रुवारीचे पत्र आताच मिळाले, आनंद झाला.

आपल्याला 'गोदावरीची कथा' व त्या संदर्भातले माझे 'संभाजी'विषयक चिंतन आणि लेखन आवडले व आपण ते अगत्याने कळविलेत, याबद्दल तुमचा अत्यंत आभारी आहे. धन्यवाद!

या लेखनामुळे संभाजी महाराजांबद्दल गैरसमज असणाऱ्यांचा भ्रमनिरास होणे शक्य आहे. तेवढेच ते अपरिहार्यही आहे.

असाच भ्रमनिरास माझे मस्तानीविषयक लेखन सध्याही करीत असल्याचे काही वाचकांच्या पत्रांतील प्रतिक्रियेवरून कळते.

पण, याला नाइलाज आहे. भ्रमनिरास व्हायलाच हवेत! संभाजी स्मारक ग्रंथासाठी आपण माझे लेखन मागे मागविले होते; पण त्या वेळी मी मस्तानी लेखनातच एवढा व्यग्र होतो की आपणांस नकार देणे भाग होते. त्याबद्दल क्षमा करावी.

संभाजी स्मारक ग्रंथात आपण माझा 'गोदावरीच्या लोककथे'वरचा

लेख पुनर्मुद्रित करीत आहात याचा आनंद तर झालाच, तसेच पुनर्मुद्रणाकरता आपणास आवश्यक वाटणारी माझी संमती या पत्राद्वारेच मोठ्या आनंदाने कळवित आहे. आपण योजिलेले 'छत्रपती संभाजीराजे व गोदावरीची लोककथा' हे शीर्षकही मला योग्य वाटते.

आपला नियोजित स्मारकग्रंथ आपल्या मार्गदर्शनाखाली भरदार आणि दर्जेदार निघेल याबद्दल खात्री आहे.

स्मारक ग्रंथाच्या निर्मितीस माझ्या हार्दिक शुभेच्छा!

रियासतीच्या पहिल्या खंडाचे रूप-स्वरूप आपल्याला आवडले, हे वाचून आनंद झाला. धन्यवाद!

थोड्याच दिवसांत माझा, मस्तानीवरील लेखांचा संग्रह प्रसिद्ध होत आहे. आपणास एक प्रत पाठवीन. आपण पुस्तक नजरेखालून घालावे अशी इच्छा व विनंती.

पत्राबद्दल आभार, सर्वांस नमस्कार. स्मारकग्रंथ प्रकाशित झाल्यावर कृपया कळवावे.

कळावे,

आपला
द. ग. गोडसे

❖

३.

कोल्हापूर - ४१६०११
दि. १८-२-१९८९

प्रिय श्री. द. ग. गोडसे,

स.न.वि.वि.

आपले दि. ११-२-८९चे पत्र मिळाले. आपला लेख छत्रपती संभाजी स्मारक ग्रंथात छापण्यास आपण संमती दिलीत, याबद्दल मी आपला

अत्यंत आभारी आहे.

आपली इतिहाससेवा मोठी मोलाची आहे. संभाजी चरित्राच्या संदर्भात, आपण गोदावरीच्या लोककथेच्या संदर्भात जे संशोधन व चिंतन मांडले आहे ते तर मी बेंद्र्यांच्या तोडीचे समजतो. भल्याभल्या साहित्यिकांना गोदावरीच्या कथेची बेडी तोडता आली नाही. ती आपण तोडून संभाजीराजास योग्य तो न्याय दिला आहे. गोदावरी प्रकरणाचा पायाच ढासळून जातो. स्मारकग्रंथाचे मूल्य आपल्या लेखामुळे खात्रीने वाढणार आहे. आपला लेख जेव्हा मी वाचला त्या वेळी एक आठवडाभर माझ्या डोक्यातून संभाजी-गोदावरीसंबंधीचे विचार गेले नाहीत. इतका तो प्रभावी व विचारप्रवर्तक झाला आहे. आपले मस्तानीवरील काही लेख वाचले आहेत. तिच्या संबंधानेही आपण महाराष्ट्रीय वाचकांचा भ्रमनिरास करीत आहात व तिच्या चरित्राचे वास्तव पुढे आणीत आहात, ही मोठी आनंदाची गोष्ट आहे. आपल्या त्या ग्रंथाची मी उत्कटतेने वाट पाहत आहे.

अधिक काय लिहावे? आपल्या हातून अशीच इतिहाससेवा घडावी, ही सदिच्छा!

आपला स्नेहांकित,
जयसिंगराव पवार

❖

४.

माटुंगा, मुंबई - ४०००१९
दि. २२-२-८९

डॉ. जयसिंगराव पवार यांस...

सप्रेम नमस्कार,

आपले दि. १८-२चे पत्र आज मिळाले. धन्यवाद!

छत्रपती संभाजी महाराज यांच्या त्रिशताब्दी स्मारक ग्रंथास माझे लेखन हवे, ही आनंदाची गोष्ट तर होतीच... पण, माझे ते एक Academic

कर्तव्य होते असे मी मानतो. माझी ही अल्प अक्षरसेवा आपण स्वीकारलीत याबद्दल मी आपला आभारी आहे.

माझी इतिहाससेवा फार मोलाची नाही, हे मी जाणून आहे; पण इतिहास, ऐतिहासिक घटना आणि ऐतिहासिक व्यक्ती... यांकडे बघण्याचा माझा दृष्टिकोन मात्र 'वेगळा' आहे, हे मी सांगू शकतो.

आमचा मराठी इतिहास आजपर्यंत तरी - ऐतिहासिक घटना व ऐतिहासिक व्यक्ती... या भोवतीच घाण्याच्या बैलासारखा फिरत असताना आढळतो. ऐतिहासिक घटना व व्यक्ती यांच्याभोवतीच्या 'अवकाशा'चा शोध घेण्याचा प्रयत्न करण्यात येत नाही. आणि माझ्या मते, खरा इतिहास या अवकाशातच दडलेला असतो. त्याचा शोध घेणे हेच इतिहासकाराचे खरे कर्तव्य!... खरे संशोधन ते हेच!

माझे मस्तानीवरील काही लेख आपल्या वाचनात आल्याचे कळले. गेली १५ वर्षे हे लेखन करीत आहे. मस्तानीच्या मी घेतलेल्या अवकाश-शोधाचेच हे फलित मी मानतो.

अवकाश-शोध घेणारा अभ्यासक इतिहासकार असतोच असे नाही; पण अवकाश-शोधात गवसलेले सत्य... इतिहासकाराला डावलता येणार नाही.

माझ्या मते 'ब्राह्मण' जमातीने मस्तानीवर एवढा अन्याय केला आहे की त्याचे परिमार्जन करणे कठीण आहे. यात इतिहासकारही तेवढेच सामील आहेत! मस्तानीचा सत्य इतिहास - तिचा पूर्ण शोध घेऊन - नव्याने लिहिला अथवा लिहिला गेला तरच तिच्यावर करण्यात आलेल्या अन्यायाचे परिमार्जन अंशत: होण्यासारखे आहे.

फ्रान्सची सेंट जोन - एक साधी चेटकीण म्हणून भर चौकात जिवंत जाळण्यात आली; पण सहाशे वर्षांनंतर का होईना, ज्या कॅथॉलिकांनी तिला जिवंत जाळली त्यांच्या धर्मगुरू पोपनेच १९२०मध्ये जोनला Saint Joan! संत जोन म्हणून मान्यता दिली! सत्यनिष्ठेचा हा प्रभाव पाश्चात्त्यांच्या 'असंज्ञाच्या' unconscious च्या जागरूकतेमुळेच... युरोपमध्ये जाणवत असेल तर... मस्तानीच्या बाबतीत अजूनही आशेला जागा आहे, असे वाटते!

छत्रपती संभाजी महाराजांच्या बाबतीतही हे तेवढेच खरे आहे. माझ्या मते, He is a completely misunderstood Prince! - almost like

Hamlet! प्रत्येक माणसात 'शिवाजी' असेलच असे नाही... पण, प्रत्येकात 'संभाजी' असतोच!.... म्हणूनच त्याचा पुन्हा पुन्हा शोध घेणे - हॅम्लेट प्रमाणेच - अत्यावश्यक! या मराठ्यांच्या हॅम्लेटची नऊ वर्षांची राजवटसुद्धा 'एका' महाकाव्याचा 'इतिहास' होऊ शकते. सूक्ष्मार्थाने संभाजी महाराजांचा शोध म्हणजे मराठी माणसांचाच आत्मशोध ठरावा... हे भाग्य इतिहासातल्या किती राजपुत्रांना लाभते? असो.

मस्तानी ग्रंथ प्रसिद्ध झाला की एक प्रत मी आपणास अवश्य भेट म्हणून पाठवीन. आपण तो सवडीने डोळ्यांखालून घालावा अशी विनंती.

आपली प्रतिक्रिया वाचण्यास मात्र मी उत्सुक असेनच!

मला पत्रलेखनाची नुसती आवडच नाही तर 'सोस' आहे. त्यामुळे माझे पत्र... थोडेफार अकारण पसरते! आजचे पत्रही थोडे लांबलेच... तरी क्षमस्व!

संभाजी स्मारक ग्रंथाची वाट पाहत आहे.

गोदावरीची कथा तुम्ही 'केसरी' दिवाळी अंकातून घेतली. लेख छापताना केसरीने एवढ्या चुका केल्या आहेत की, मुद्रिते बारकाईने तपासूनच लेख शुद्ध करून घ्यावा लागतो. आपण हे शुद्धीकरण केले असेलच असे धरून चालतो.

बाकी सध्या ठीक... सर्वांस नमस्कार... पत्राबद्दल पुन्हा आभार...

आपला,

द. ग. गोडसे

❖

५.

कोल्हापूर - ४१६०११

दि. २६-२-८९

प्रिय श्री. द. ग. गोडसे,

आपले दि. २२ चे पत्र काल दि. २५ रोजी प्राप्त झाले. आपण मोठ्या

तत्परतेने उत्तर पाठविले याचा मला आनंद झाला. आपण लिहिले की 'पत्र थोडेफार अकारण पसरले... लांबले.' अशी पत्रे अकारण पसरत नसतात. लांबतही नसतात, अन् कितीही लांबली तरी माझ्यासारख्यास ती पुन्हा पुन्हा वाचावी वाटतात.

मला या गोष्टीचा आनंद होतो की, आपल्यासारख्या संशोधकाशी या निमित्ताने पत्रव्यवहार करता आला. आपल्या संशोधनविश्वाशी थोडी जवळीक साधता आली. आपले लेखन वाचकाला एका वेगळ्या विश्वात घेऊन जाते. ते आपण लिहिल्याप्रमाणे 'अवकाशा'कडे खेचून घेते. आपले लेखन सामान्य वाचकातील 'अभ्यासक' जागा करणारे असते. शेवटी संशोधनाचे फलित सामान्य माणसांपर्यंत जायला हवेच.

आपली 'अवकाश' Theory मला आवडली. ती खरीही आहे. ऐतिहासिक व्यक्ती व घटना यांच्याभोवती प्रचंड पण अज्ञात अशी 'अवकाश पोकळी' असते. तिचा शोध घेणे सामान्य कुवतीच्या संशोधकाचे काम नाही. इतिहासकालाच्या अंतरंगाचा शोध घेण्याचे सामर्थ्य ज्याच्या प्रतिभेत आहे, त्यानेच ते करावे. आपल्या ठिकाणी ही प्रतिभा आहे.

आणि म्हणूनच आपली इतिहास सेवा इतर अन्य संशोधकांपेक्षा वेगळी व अमोल अशी मी मानतो. त्यामुळेच आपले 'मस्तानी'चे चित्र आजवर रंगविलेल्या चित्राहून वेगळेआगळे असणार आहे, यात शंका नाही.

'गोदावरी', 'मस्तानी' यांच्या संदर्भात स्मारक ग्रंथासंदर्भात नुकत्याच हाती आलेल्या एका प्रसिद्ध इतिहास संशोधकाच्या लेखातील एक Comment अशी -

''पहिल्या बाजीरावाचे मूल्यमापन करताना जसे 'मस्तानी प्रकरण' विसरले पाहिजे तसेच संभाजीच्या बाबतीत 'गोदावरी प्रकरण' विसरले पाहिजे.'' यावर मी Comment करीत नाही. असो.

संभाजी स्मारकग्रंथ तयार करण्यामागे माझे विचार असे आहेत की, संभाजी म्हटले की आजवर सामान्य माणसांना फक्त बेंद्रे-गोखले हेच माहीत आहेत. संभाजीराजांच्या चरित्राचा महाराष्ट्रात आजवर अनेकांनी वेध घेतला आहे. अनेकांना मी ग्रंथाच्या निमित्ताने वेध घ्यावयास लावला आहे. असे विविध वेध महाराष्ट्रासमोर यावेत व त्यातून 'संभाजीराजांचे' खरे चित्र पुसट का होईना, पण तयार व्हावे ही माझ्या खटपटीच्या मागे भावना आहे. असो.

माझे पत्र मात्र अकारण लांबत आहे की काय, अशी शंका येऊ लागलीय. तेव्हा थांबतो. सवड मिळाल्यास अवश्य लिहावे. आपले पत्र म्हणजे बौद्धिक मेजवानीच असते. अधिक काय लिहावे. कळावे.

आपला स्नेहांकित,
जयसिंगराव पवार

❖

६.

माटुंगा, मुंबई - ४०००१९
दि. २-३-१९८९

सप्रेम नमस्कार,

तुमचे दि. २६-२-१९८९चे पत्र काल मिळाले. कालच पत्रोत्तर लिहावे, हा माझा सर्वसाधारण प्रघात आहे; कारण पत्रोत्तर लगेच दिले नाही तर... दुसऱ्या टोकाला एक व्यक्ती आपल्या उत्तराची वाट पाहत आहे असा माझा समज असतो. म्हणून प्रत्यक्ष संवादात विचारलेल्या प्रश्नाला जसे आपण लगेच उत्तर देऊन मोकळे होतो, तसेच आलेल्या पत्राला ताबडतोब उत्तर लिहून मोकळे व्हावे असे मला वाटत असते. ही एक व्यक्तिगत सवय आहे; पण इतरांना याचा कधी त्रासही होत असावा असे जाणवते. कधी कधी तत्परता हा गुणसुद्धा अवगुण ठरण्याची शक्यता असते. आणि पत्रसंवादाच्या संदर्भात तर ही तत्परता अनेकांना नाराज करते, हा माझाच अनुभव आहे. यामुळे, असे माझे पत्रसंवादक सध्या दोनच टिकले आहेत! त्यांचा-माझा पत्रसंवाद मात्र सतत आणि अथक चालू असतो. निदान अजूनपर्यंत तरी चालू आहे. सुरुवातीला बरेच अक्षरउत्साही यात सामील होते; पण यथावकाश एक एक काही काही कारणे सांगून गळू लागला. बहुतेकांचे कारण 'पत्रलेखनाचा कंटाळा!'

मला याचे प्रथम आश्चर्य वाटायचे. साक्षराने अक्षराचाच कंटाळा करावा हे माझे मताने एक प्रकारचे अक्षरशत्रुत्व प्रकट करणेच आहे; पण

असे साक्षर अक्षरशत्रू असतात याला इलाज नाही.

एवढी प्रस्तावना फक्त अशासाठी की तत्पर पत्रोत्तर ही माझी एक 'खोड' समजावी आणि खोड म्हटली की तिच्यावर जितेपणी तरी इलाज नसतो हे तुम्ही जाणताच!

शिवाय माझा अनुभव असा की ताबडतोब पत्रोत्तर लिहिण्यात, उत्साह असला, आंगवण* दिसत असली तरी त्या पत्रलेखनात एक उत्स्फूर्त ताजेपणा अधिक असतो. आणि वाङ्मयीन लेखनाप्रमाणेच पत्रलेखनातही ताजेपणा आवश्यक असतोच. असणे आवश्यक! आणि हा ताजेपणा पत्रलेखनाची तीव्र इच्छा (Impulse) असल्याशिवाय येत नसावा असे जाणवते. याचे एक गमतीदार उदाहरण इथे दिल्यास अप्रस्तुत ठरू नये. जॉर्ज बर्नार्ड शॉ आणि एक मध्यमवयीन गृहिणी यांचा किमान दहा-बारा वर्षे सतत चालू असलेला पत्रसंवाद काही वर्षांपूर्वी अचानक उपलब्ध झाला! पत्रव्यवहार करतेवेळी शॉ साहेबांचे वय ८०च्या पुढचे तर गृहिणी चाळिशी उलटलेली. दोघांची प्रत्यक्ष भेट पूर्वी कधीच झाली नाही आणि नंतरही कधी झाली नाहीच. गृहिणीने निदान शॉचा फोटो तरी पाहिला होता; पण गृहिणीचा फोटोही शॉने कधी पाहिला नाही. आणि पत्रसंवाद चालू असलेल्या दहा-बारा वर्षांत गृहिणीला कधी मागितला नाही. विशेष गंमत म्हणजे शॉसाहेब एरवी आपली पत्रोत्तरे टाइप करून पाठवीत! खाली फक्त सही करीत. उपरोक्त गृहिणीला लिहिलेली सारी पत्रे ते हाताने लिहीत! मृत्यूच्या एक दिवस आधी लिहिलेले शॉ साहेबांचे पत्र सदरहू गृहिणीकडे मिळाले! हा पत्रव्यवहार मात्र फारच गमतीदार आणि अजूनही Fresh वाटतो. पत्रसंवाद सुरू होण्याचे कारणही तेवढेच गमतीदार आहे. उपरोक्त गृहिणीला इंग्रजी भाषेच्या Phonetics (वर्णोच्चारशास्त्र) मध्ये विशेष रस वाटायचा. बर्नार्ड शॉ या बाबतीत अधिक रस घेतात व उच्चाराबाबत दक्ष असतात असे तिने वाचले होते. या माहितीच्या जोरावर तिने सरळ शॉ साहेबांनाच पत्र पाठवून काही शंका विचारल्या... आणि दोघांचा 'मूक' अक्षरसंवाद सुरू झाला. तो शॉ साहेबांच्या मृत्यूनेच थांबला.

वर्णोच्चाराच्या निमित्ताने सुरू झालेला हा पत्रसंवाद यथावकाश एवढा विस्तृत आवाक्याचा झाला की They discussed almost everything

---

* आंगवण – इच्छा

under the Sun! आणि शॉचे पत्रलेखन तर एवढे ताजे आणि टवटवीत वाटते की... it has freshness of spring garden! मला वाटते, Mr. Shaw was in his elements... and his sparkling humour at its very best. शॉ माझा आवडता ग्रंथकार म्हणून मी त्याची अधिक तारीफ करीत आहे, असा तुमचा ग्रह होण्यापूर्वीच हे प्रकरण मी इथे थांबवतो.

'अवकाश' संकल्पना तुम्हाला आवडली ही माझी जमेची बाजू! गेली पंधरा वर्षे मी या संकल्पनेचा मागोवा घेत आहे. किंबहुना, माझे सारे लेखन या संकल्पनेच्या अनुरोधानेच होत आहे. मस्तानी शोधाचे मूळ सूत्रच अवकाश-शोध आहे! फ्रेंच भाषेत एक वात्रट वाक्प्रचार आहे... 'शर्शेला फाम्' (चुकीच्या उच्चाराबद्दल शॉ साहेब क्षमा करतील असे धरून चालतो). म्हणजे 'कोणतीही घटना उलगडत नसेल तर... बाईचा शोध घ्या!... प्रत्येक घटनेच्या पाठीशी बाई असतेच!' आता फ्रेंच लोकांची ही 'बाहेरख्याली' दृष्टिआड केली तरी... भारतीय संगीतात जशी बंदिश असते तशीच एक 'नायिका' असते! बंदिश शास्त्रोक्त असते; पण बंदिश पेश करण्याची 'नायिका' कलावंताची exclusively व्यक्तिगत असते. गेल्या महिन्यात मी लखनऊला गेलो होतो, तेव्हा तिथले वास्तुशिल्प मी एका संगीततज्ज्ञाबरोबरच बघत होतो. मी त्यांना म्हटले, "समोरच्या वास्तुशिल्पातली तुम्ही 'नायिका' शोधून काढलीत तर ती 'लखनवी' ठुमरीच्याच घराण्यातली असल्याचे आढळून येईल!" त्यांना ते पटले.

सारांश, अवकाश-शोध म्हणजे नायिकेचा शोध! आणि नायिका म्हणजे एक सत्यदर्शन असेल तर... मस्तानीचा अवकाश-शोधही. हा वास्तवाचे एक सत्यदर्शनही ठरणे शक्य आहे. अर्थात 'पूर्ण सत्य' हे एक मिथ आहे; पण त्याचे दर्शन घेण्याचा प्रयत्न अंशत: सफल होत असेल तर... तो का करू नये? काही झाले तरी कोणताही शोध अथवा संशोधन प्रारंभी एक 'गृहीत घटितच' असते (hypothesis), 'एक गाजराची पुंगी'... वाजली तर वाजली... अशाच धारणेने शोध घ्यायचा! ...हा शोध... शिकारी सावजाचा करतो त्या पाठलागासारखाच... धाडस-धडकनीचा असेल! शेवटी 'सावज' नेमके टिपले गेले नाही तरी शिकारीतले धाडस कमी होत नाही आणि 'जिम कॉर्बेट'सारखे शिकारी सांगतात शिकारीची खरी मजा सावज टिपण्यात नाही, तर... It is in the chase!'

'गोदावरी-मस्तानी' यांच्या संदर्भातली इतिहास संशोधकांच्या लेखांतील

comment वाचली; पण माझ्या मताने, लोककथा आणि इतिहास यांच्या मूल्यमापनात सदरहू संशोधकांकडून गल्लत होत असावी, अशी शंका येते. गोदावरी is a myth with different connotation and human values! उलट मस्तानी has a historical entity... with a solid and sound historical foundations! मस्तानीला 'मिथ' ठरविण्याचा प्रयत्न पेशवाईतच झाला... आणि तो एका विशिष्ट वर्णाकडून करण्यात आला... but thank god मस्तानी could not be made a 'Myth' because of her formidable सहिष्णू life values!... it is the dormant yet potential.. collective unconscious (सवर्तन असंज्ञा). That makes her a historical reality! How can any one forget her even for a moment?

गोदावरीचा मी जेव्हा संभाजीराजांच्या संदर्भात विचार केला तेव्हा आठवले की संभाजीराजांचे विरोधक जुन्या लोककथेचा फायदा घेऊन... एक 'मिथ' संभाजीराजांच्या ऐतिहासिक व्यक्तिमत्त्वाला चिकटवीत आहेत! मस्तानीप्रमाणेच संभाजीराजांनाही अनेक विरोधक होते! मस्तानीप्रमाणेच व्यक्तिगत आकसापायी या विरोधकांना संभाजीराजांनाही बदनाम करायचे होते. म्हणूनच मी म्हणतो, मस्तानी जशी बुद्धिपुरस्सर misinterpreted व्यक्तिमत्त्व होते तसेच संभाजी महाराजांचे व्यक्तिमत्त्वही... deliberately tarnished होते! माझ्या मताने शिवाजीराजांपेक्षा... संभाजीराजे... हे एक human, down to earth, subtle सूक्ष्म, व्यक्तिमत्त्व होते... and मस्तानीप्रमाणेच it could only be understood and appreciated by Angels.. and not by Marathi Historians... of whatever historical vision you credit them with! हॅम्लेटमधल्या होरॉर्शि-ओसासारखेच म्हणावेसे वाटते, "Good night sweet prince!"

संभाजी महाराजांविषयक तुमचा प्रयत्न नुसताच स्तुत्य नाही तर historical merit आहे. करबल्याच्या प्रसिद्ध लढाईत पतन पावलेला 'हुसेन' हे व्यक्तिमत्त्व एक Misunderstood and misinterpretated व्यक्तिमत्त्वच होते. 'जोश' मलिहाबादी हे प्रसिद्ध उर्दू शायर एका कवितेत म्हणतात, "अव्वामको बेदार तो हो जाने दो!... हर कौम पुकारेगी 'हमारा है हुसेन।" संभाजीराजांच्या बाबतीत - माझ्या मताने - तुम्ही हेच म्हणताहात, "संभाजीचे सत्यदर्शन झाले तर प्रत्येक मानव जमात ओरडून सांगेल, 'संभाजी आमचा

आहे!'' असो.

माझ्या पत्राला उत्तर पाठविणे आणि सवड मिळाल्यास अवश्य पत्रोत्तर लिहावयास सांगणे म्हणजे, चूड दाखवून वाघ बोलावण्यासारखे आहे असे तुम्हाला एव्हानाच वाटत असणार! तरी उपरोक्त पाल्हाळाबद्दल... या Paper Tiger ला क्षमा करावी!... They do roar like a tiger... but in reality the one harmless. असो.

पत्रासोबत पाठविलेला फॉर्म भरून पाठवीत आहे. चूकभूल द्यावी-घ्यावी! सर्वांस नमस्कार...

आपला,
द. ग. गोडसे

❖

७.

कोल्हापूर - ४१६०११
दि. १२-३-१९८९

स.न.वि.वि.

आपले २-३-१९८९ चे पत्र मिळाले. वास्तविक आपल्याशी होणारा पत्रव्यवहार हा सुखद पत्रसंवाद बनेल अशी माझी कल्पना नव्हती. पत्रव्यवहार हा पत्रसंवाद करण्याची कला मात्र फारच थोड्यांना लाभते. आपल्याइतका नाही, पण मी अक्षरांवर प्रेम करणारा माणूस आहे. मला तातडीने पत्रास उत्तर द्यावे (काहींना) असे वाटत असते; पण नोकरी, इतर कामाचे व्याप यातून ते दररोज जमतेच असे नाही. मी सर्वसाधारणपणे अशा पत्रांना रविवार राखून ठेवतो.

साक्षरांनीच अक्षराचा कंटाळा करावा ही गोष्ट तुम्हा-आम्हास उद्वेगाची वाटत असली, तरी ती अनेकांच्या बाबतीत सत्य ठरते. तशी ही गोष्ट पूर्वीपासूनच चालत आलेली आहे. कृष्णाजी अनंत सभासदाने शिवाजीराजांचे चरित्र लिहून फार भली कामगिरी केली खरी; पण त्याने एवढे त्रोटक चरित्र

लिहून एका परीने अक्षरांचा कंटाळाच केला, असे अनेक ठिकाणी वाटल्यावाचून राहवत नाही. त्याचे 'शब्दसामर्थ्य' वगैरे बाबी मान्य करूनही अनेकदा मला वाटते की, जिंजी किल्ल्यात दरवाजे लावून बंदिस्त राहिलेल्या या बखरकाराने राजियांचे पराक्रम वर्णन करताना शब्दांचा फारच कंजूषपणा केला आहे. हीच गोष्ट पंत अमात्यांच्या 'आज्ञापत्राची.' अशी ऐतिहासिक साधने मुळातच मोजकी... हाताच्या बोटावर मोजता येण्यासारखी. या पार्श्वभूमीवर या मंडळींनी अक्षरांशी केलेला व्यवहार निराशाजनक आहे.

कालच आम्ही उभारत असलेल्या छत्रपती संभाजी स्मारकाची कोनशिला मुख्यमंत्री शरद पवार व गोव्याचे मुख्यमंत्री राणे यांच्या हस्ते बसविली गेली. त्या समारंभात दोन-तीन दिवस होतो. संगमेश्वरी, जिथे राजांनी शत्रूशी आपल्या जीवनातील शेवटची लढाई दिली, तिथे भव्य स्मारक उभे राहत आहे.

तीन-साडेतीन एकर जागेत हे स्मारक आहे. वर संभाजीराजांचा पुतळा व खाली underground असे चित्रदालन (ही कल्पना माझी). या दालनात नामवंत चित्रकारांची संभाजीराजांच्या जीवनामधील प्रसंगांवर आधारित अशी Paintings, त्यासाठी वरून-खालून प्रकाशयोजना, मध्यभागी दक्षिण हिंदुस्थानचा नकाशा (राजांच्या लढायांची ठिकाणे दाखविणारा), स्मारकाभोवती मराठाकालीन तटबंदी व बुरूज, असा हा स्मारकाचा थोडक्यात आराखडा आहे. एकूण १५/२० लाखांची ही योजना आहे. असो.

तरुण भारत, बेळगाव यामध्ये श्री. शिरवाडकरलिखित 'दुसऱ्या पेशव्याचे' रसग्रहण आले होते. त्याचे कात्रण आपल्या माहितीसाठी आपल्याकडे स्वतंत्र पोष्टाने पाठवीत आहे.

संभाजी-गोदावरीच्या संदर्भात आपण म्हटले आहे की, 'गोदावरीच्या लोककथेचे 'मिथ' संभाजीच्या व्यक्तिमत्त्वाला चिकटवले' जात आहे. विरोधकांचे हे षड्यंत्र होते. हे मूळ सूत्र धरून आपण आपला लेख थोडा पुनर्रचित केला, तर तो आहे त्याहून अधिक प्रभावी ठरेल असे वाटते. माझ्या हाती असलेल्या आपल्या लेखात 'गोदावरीच्या लोककथेचा शोध' ही गोष्ट अधिक प्रभावी आहे (आपला मूळ हेतू तोच आहे हे मान्य); पण या लोककथेने संभाजीचे किती चारित्र्यहनन केले आहे या गोष्टीवर कमी भर दिला गेला. या पार्श्वभूमीवर (१) आपणास सवड असेल तर, (२) आपणाला पटत असेल तर, आपण हा लेख Myth मध्यभागी ठेवून

recast केलात तर कसे होईल? एक सूचना. आपणास आवडल्यास स्वीकार करावा. अन्यथा आपला लेख जसा आहे तसा मी स्वीकारलेला आहेच.

आपले 'मस्तानी जशी बुद्धिपुरस्सर misinterpreted व्यक्तिमत्त्व होते तसेच संभाजीमहाराजांचे व्यक्तिमत्त्वही deliberately tarnished होते' हे विधान आपल्या लेखात असायला हवे, असे मला वाटते. असो.

'इतिहास आणि संस्कृती' मासिकाच्या एप्रिल-सप्टेंबर, १९८८ च्या अंकात माझा रामचंद्रपंत व शिवाजी महाराज यांच्या वतननीतीवर एक लेख आला आहे. शिवाजी महाराजांच्या वादग्रस्त वतननीतीचा मी शोध घेण्याचा प्रयत्न त्यात केला आहे. आतापर्यंतच्या सर्व संशोधकांची पंतांच्या आज्ञापत्रातील वतननीतीच्या प्रतिपादनामुळे दिशाभूल झाली होती, असे मला वाटते. आपल्यासारख्या संशोधकाची प्रतिक्रिया मला हवी आहे. तसदीबद्दल क्षमस्व.

आपल्या पत्राची प्रतीक्षा.

कळावे, लोभवृद्धी व्हावी.

आपला स्नेहांकित,
जयसिंगराव पवार

❖

८.

माटुंगा, मुंबई - ४०००१९
दि. १५-३-१९८९

सप्रेम नमस्कार,

तुमचे १२-३-१९८९चे पत्र आज संध्याकाळच्या डाकेने मिळाले. आनंद झाला. आपला आजपर्यंतचा पत्रव्यवहार हा एक सुखद पत्रसंवाद ठरेल अशी आपल्याप्रमाणेच मलाही कल्पना नव्हतीच! माझा अनुभव असा की, 'पत्रसंवाद' होण्यासाठीसुद्धा दोन पत्रलेखकांची पत्रिका जुळणे आवश्यक असते. एका दृष्टीने हे लग्न जुळण्यासारखेच असते. समजुतीप्रमाणे

लग्न... स्वर्गात आधीच ठरलेले असते असे मानण्यात येते; पण पत्र संवादकांच्या जोडीचा 'अक्षर संबंध' मला वाटते... कोणत्यातरी भावविश्वात जुळविण्यात येत असावा!

शिवाय, या अक्षर सोयरिकीत एकपत्नीव्रताची मुदलीच* बांधिलकी नसते. यामुळे पत्रसंवादाच्या अनेक सोयरिकी जुळू शकतात. एकाचवेळी आणि अनेकांशी! सध्या माझेच असे तीन संवादक आहेत आणि तिघेही निरनिराळ्या अक्षर-कुळातले आहेत. एक कवी आहे. एक समाजशास्त्राचा प्राध्यापक आहे. एक नाट्य आणि संगीतप्रेमी आहे. आणि हे सारे अक्षरांवर प्रेम करणारे आहेत. मला वाटते, माझ्यासारख्या सर्वस्वी निवृत्त झालेल्या माणसाला अधिक श्रेयस्कर आनंद कोणता असू शकतो?

तुम्हीही अक्षरप्रेमी आहातच! महत्त्वाचे म्हणजे अक्षरसंवादाची तुम्हालाही मनस्वी आवड आहे. सबब, तत्परतेने पत्र लिहिण्यास नोकरीच्या व्यापामुळे तुम्हाला निवांत सवड मिळू शकत नाही... हे समजण्यासारखे आहे. पत्रसंवादकात 'सौहार्द' हा महत्त्वाचा भाव आम्ही मानतो; कारण अक्षरप्रेम उदंड असले तरी संवाद होईलच याची शाश्वती नसते. उलट सौहार्दभावामुळे पत्रसंवादावर काळ-वेळाचे काही बंधनच राहत नाही.

सारांश, तत्परतेने पत्रोत्तर पाठविता येत नाही याबद्दल कसलाही संकोच मनात बाळगू नये, ही विनंती!

पत्रलेखनाकरिता 'रविवार' ही तुमची कल्पना आवडली. मागे एका समीक्षकाशी पत्रसंवाद करताना, आम्ही उभयतांनी १२ दिवसांची मर्यादा घालून घेतली होती. सहसा ही 'पत्र-द्वादशी' चुकत नसे. हे स्पष्ट करायचे एवढ्याच करता की, पत्र काय येते हे महत्त्वाचे. ते उशिरा येते की ताबडतोब येते हे महत्त्वाचे नाही. गेली काही वर्षे, Time (काल) ही संकल्पनाच मला 'कृत्रिम' वाटते आहे. माझ्या मते, SPACE is an all pervading concept. बहुधा मी यामुळेच 'अवकाश' शोधाचा ध्यास घेतला असण्याची शक्यता आहे. After all ही गाजराची पुंगी आहे... ती वाजली नाही तर का वाजत नाही असे कोणी विचारेल याची धास्ती नाही. असो!

'अक्षरांचा कंटाळा' याबद्दलचे तुमचे मत मान्य आहे; पण ही गोष्ट

---

* मुदलीच – मुळात

पूर्वीपासून चालत आलेली आहे. हे स्पष्ट करण्याकरता तुम्ही दिलेली सभासद, पंतअमात्य वगैरे उदाहरणे माझ्या मते पुन्हा तपासून घ्यायला हवीत. एक तर अक्षर व्यवहार करणारे या काळात मोजक्या जमातीतलेच साक्षर मंडळी असत. ही मंडळीसुद्धा... त्यांच्या कारकुनी फडावरील अक्षर व्यवसायामुळेच थोडेफार लेखन करावयास धजावत! किंबहुना, साहित्य अथवा वाङ्मय म्हणून ते लेखन करीत नसतच! शिवाय, शिवकाळात तर 'अल्पाक्षरत्व' हा लेखनाचा स्थायिभावच असावा असेच 'जेधे करीना' 'सभासदाची बखर' आणि 'तुकारामांचे अभंग' यावरूनही स्पष्ट होते. दत्ताजी त्रिमलची ९१ कलमी (माझ्या मते ९१ प्रकरणी) बखर तर शिवकालीन अल्पाक्षरी गद्याचा उत्कृष्ट नमुना वाटते. माझ्या 'गतिमानी' या पुस्तकात या बखरीतील शिवाजीराजांचे आजे मालोजी यांनी लखुजी जाधवरावांनी आपली मुलगी शहाजीला देण्याचे नाकारल्यामुळे - लखुजी जाधवरावांना नव्हे तर खुद्द निजामशहाला घातलेला धाक... दत्ताजी त्रिमल याने... फक्त काही मोजक्या ओळींतच नमूद केला आहे; पण या मोजक्या ओळींतला प्रत्येक शब्दच नव्हे, तर शब्दांच्या कानामात्रासुद्धा एवढ्या जबरदस्त शक्तभाराच्या आहेत की शिवकालीन आविष्कार... पद्य असो अथवा गद्य असो, अल्पाक्षरी असूनही किती जबरदस्त आवाक्याचा असू शकतो, हे जाणवून मती गुंग होते. जेधे करीनाही असाच स्फोटक तरीही शिवकालीन म्हणून अत्यंत प्रभावीपणे कलात्मक! या कलात्मकतेचे सौष्ठव विस्तारी असूच शकत नाही. ते अल्पाक्षरीच असणार! .... शिवकालात १०८ रामायणे लिहिणारा मोरोपंत होऊच शकत नाही. ती मिरास पेशवाईची!... 'विस्तार भय हे' असे म्हणून वाचकांची क्षमा मागायची... आणि पुन्हा विस्तार करीत राहायचा! शिवकालात ही अक्षरश्रीमंती कोणाला पेलणार? ती पेलणारेही शिवकालीन कवी होते, पण ते सारे पंडित कवी होते. शिवकालात राहूनही त्यांचा शिवकालाशी संबंध नव्हता... हे कवींद्र परमानंद यांचा संस्कृत 'शिवभारत' हा ग्रंथ दुरून पाहिला तरी जाणवते आणि प्रत्यक्ष वाचताना तर खात्री होते. माझ्या मते, अल्पाक्षरी 'जेधे करीना', दत्ताजी त्रिमलची ९१ कलमी बखर हे शिवकाळाचे शक्तभारी मनोगत जेवढ्या उत्कटपणे व्यक्त करतात त्या मानाने परमानंदांचे शिवभारत... शतांशही करीत नाही! प्रश्न पडतो मोजक्या शब्दांत शिवकाल प्रत्यक्ष उभा करणारा जेधे करिन्याचा अनामिक लेखक खरा अक्षरशूर की अक्षरांच्या

अक्षौहिणी उभे करणारे मोरोपंत अथवा परमानंद हे खरे अक्षरश्रीमंत?... मानापमानातला धैर्यधर की लक्ष्मीधर? यात कोणाची निवड करायची हा शेवटी व्यक्तिगत Temperamentचा प्रश्नच मानला पाहिजे.

अर्थात, हे माझे व्यक्तिगत मत आहे. याबाबत कसलाही आग्रह नाही. तरी चूकभूल देणे-घेणे. माझ्या मताने मात्र दत्ताजी त्रिमल, जेधे करिन्याचा लेखक, कृष्णाजी अनंत आणि कविश्रेष्ठ तुकाराम हे अल्पाक्षरी लेखक हेच खरे. अक्षराची नेमकी जाण असणारे, खरे अक्षरश्रीमंत वाटतात. असो.

छत्रपती संभाजी महाराज यांच्या स्मारकाचे काम यथोचित सुरू झाले हे वाचून आनंद झाला. विशेष म्हणजे स्मारकाचे Underground चित्रदालन ही तुमची व्यक्तिगत कल्पना फारच आवडली!

स्मारकाला आमच्या हार्दिक शुभेच्छा!

गोदावरी कथेबद्दल आपली सूचना कळली. त्याबाबतीत काही खुलासा करणे आवश्यक वाटते.

एक तर गोदावरीची कथा-आविष्कारात अध्याहृत असलेल्या ऊर्जा शक्तीच्या संदर्भात निवडण्यात आली होती. त्या लेखनाचा Basic approach वेगळा होता. माझे 'ऊर्जायन' हे पुस्तक आपण चाळले तर त्यात गोदावरी कथा समाविष्ट आहे असे आढळेल! तरीही ती हेतुपूर्वक समाविष्ट करण्यात आली आहे... हे मी स्पष्ट करतो. There it comes in a sequence that emphasises a specific aesthetic approach which is the under current of the book! ऊर्जायन!

गोदावरीच्या लोककथेत संभाजीराजे येतात ते ही कथा त्यांच्यावर लादली गेली म्हणून! या लादल्या जाण्याचेही निराकरण अंशत: करण्याचा प्रयत्न आहे; पण विवेचनाचा मुख्य भाग म्हणून नव्हे!

संभाजीराजांचे चारित्र्यहनन या कथेमुळे झाले या गोष्टीवर विवेचनात भर दिलेला नसला तरी... त्यांच्यावर लादण्यात आलेले आरोप कसे निराधार, अविश्वसनीय आणि द्वेषमूलक आहेत हे स्पष्ट करण्याचा प्रयत्न पुराव्यानिशी करण्यात आला आहे असे मला वाटते! अर्थात, कथेचा केंद्रबिंदू गोदावरी असल्यामुळे विवेचनही गोदावरीभोवतीच फिरत ठेवणे अपरिहार्य होते.

आपण सुचविता तसे Myth केंद्रबिंदू ठेवून ही कथा संभाजींच्या संदर्भात Recast केली तर मला वाटतं, संभाजीराजे प्रकर्षाने उठून दिसतील

हे खरे; पण गोदावरीच्या Myth ला काही प्रयोजनच राहणार नाही. म्हणून ती लेखाची केंद्रबिंदूही राहू शकणार नाही. मला वाटते, गोदावरी व संभाजीराजे यांच्या संदर्भात एक मोठा फरक असा आहे की गोदावरीचे व्यक्तिमत्त्व फक्त लोककथेपुरतेच मर्यादित आहे. उलट संभाजीराजांच्या व्यक्तिमत्त्वाला अनेकानेक पैलू आहेत. आणि हे अनेक पैलू ध्यानात घेतले तर गोदावरीला तादृश महत्त्व उरत नाही. मग गोदावरी कथा ही लेखाचा मध्यबिंदू कसा राहील?... ठेवला तरी संभाजीच्या संदर्भात तो टिकू शकणार नाही. या ऐवजी संभाजीराजांनाच केंद्रबिंदू ठरवून वेगळा नवा लेख लिहिणेच अधिक श्रेयस्कर!

पण, सध्या मस्तानीच एवढी डोक्यावर ठाम बसली आहे की हे विलक्षण गुंत्याचे ओझे उतरविल्याशिवाय डोकेच काम करू शकणार नाही. अजून मस्तानीच्या संदर्भातले दोन महत्त्वाचे लेख लिहून व्हायचे आहेत. पुस्तक मेमध्ये प्रसिद्ध करायचा प्रकाशकांचा संकल्प आहे. हे सारे कसे जमून येणार याबद्दल मीच साशंक आहे. सबब, तुमची सूचना मान्य करूनही लेख मनाजोगा उतरेलच याची मलाच शाश्वती वाटत नाही. अंदर की बात सांगायची तर कोणताही लेख तयार होण्यापूर्वी मला खूप संदर्भ शोधावे लागतात. या वर्षी दिवाळीत मी पाच वेगवेगळे मस्तानी लेख लिहिले; पण... पण जवळपास सात महिने मी या लेखात गुंतून पडलो होतो.

आता तर दोन पुस्तकांचे ओझे डोक्यावर आहे. संभाजीराजांचे व्यक्तिमत्त्व deliberately Tarnished होते या अर्थाचे विधान माझ्या लेखात नाही हे खरे; पण त्याचे कारण मी वर दिलेच आहे.

'इतिहास आणि संस्कृती' या मासिकाचा मी वर्गणीदार होतो; पण काही दिवसांनी माझे अंकच येईनासे झाले. मी चौकशी करायला हवी होती; पण मी ती केली नाही. आणि अंक येणे कायमचे बंद झाले.

एप्रिल-सप्टेंबर, १९८८चा अंक मी अवश्य बघीन व आपला लेख आवर्जून वाचीन. 'शिवाजी महाराजांची वतननीती' हा विषय मात्र माझ्या आवाक्याबाहेरचा आहे. त्यामुळे लेखावरची माझी प्रतिक्रिया-भूतदया-बुद्धीनेच वाचावी अशी नम्र विनंती! माझ्या आठवणीप्रमाणे पुणे विद्यापीठाचे डॉ. अ. रा. कुलकर्णी यांनी याबाबत कुठेतरी लिहिल्याचे स्मरते. कुठे ते आता नक्की आठवत नाही.

काही वर्षांपूर्वी... रामचंद्रपंतांच्या... आज्ञापत्राचा एक वाङ्मयीन आविष्कार म्हणून - जेधे करिन्याबरोबरच - बराच शोध घेऊन अभ्यास केला होता. जेधे करिन्याच्या मोडी हस्तलिखिताची फोटोप्रत मात्र माझ्याकडे आहे. याचे मूळ हस्तलिखित - कारीला जाऊन मी जेध्यांकडे जाऊन आणले होते! असो.

पत्र बरेच लांबले. शिवशाहीबद्दल आम्हाला उदंड अभिमान असला, तरी त्या शाहीचा उरक, नेटकेपणा व अल्पाक्षरत्व आम्हाला जमणे अशक्य.

सर्वांस नमस्कार. कळावे.

आपला,

द. ग. गोडसे

❖

९.

कोल्हापूर - ४१६०११

दि. ३० मार्च, १९८९

स.न.वि.वि.

आपले पत्र येऊन बरेच दिवस झाले; पण लगेच, म्हणजे रविवारीसुद्धा, आपणाला पत्रोत्तर पाठविण्याइतके स्वास्थ्य मला मिळू शकले नाही याबद्दल क्षमा असावी. आपल्याला पाठवायचे पत्र म्हणजे क्षेमकुशल कळवायचे पत्र नसते. म्हणून मी ते थोडे स्वास्थ्यानेच लिहावयास घेतो. आपण उदार मनाने तशी 'सवड' गेल्या पत्रीच मला दिलेली आहे. त्याबद्दल आभार.

'पत्रसंवाद' होण्यासाठी दोन पत्रलेखकांची पत्रिका जुळली पाहिजे, ही कल्पना एकदम मान्य. अशा प्रकारचा 'अक्षरसंबंध' निभावण्यासाठी माझी आपल्याशी तुलना करता किती पात्रता आहे, याबद्दल मला शंका आहे. तथापि, मी आपल्याहून ज्ञानाने, अनुभवाने व वयाने सर्वच बाबतीत लहान असल्यामुळे सांभाळून न्यावे.

आपल्या समाजाच्या हाडीमासी असलेला 'अक्षरांचा कंटाळा' या विषयावर

लिहीत असता 'जेधे करीना' व '९१ कलमी बखरी' मधली 'शिवकालीन साहित्याचा जबरदस्त आविष्कार उलगडून दाखविणाऱ्या लेखकाला मी लिहितो आहे, याची जाणीव मला होतीच. आपले 'समन्दे तलाश' मी वाचले होते व त्यामधील 'जेधे करीना' हे प्रकरणही मला आवडले होते. तरीही मी आपणास माझे मत लिहिण्यास धजावलो, याचे कारण 'शिवकालीन अल्पाक्षरत्वा'कडे बघण्याची माझी दृष्टी केवळ इतिहास संशोधकाची आहे. साहित्यिकाची अथवा समीक्षकाची नाही. 'कलात्मकतेचे सौष्ठव विस्तारी असूच शकत नाही' हे मान्य; पण अशा त्याच्या 'अविस्तारी' राहण्याने इतिहासाचे फार मोठे नुकसान होते अशी माझी समजूत आहे. ज्या कालाची ऐतिहासिक साधने कालौघात प्रचंड प्रमाणावर नष्ट झाली आहेत व जो काल महाराष्ट्राच्या नवनिर्मितीचा होता, अशा कालाची साधने अधिकाधिक इतिहास सांगणारी असावीत, अशी एक अभ्यासक म्हणून अपेक्षा...

पण, वस्तुस्थिती अशी दिसते की 'अल्पाक्षरत्व' हा त्या कालातील लेखनाचा स्थायिभावच होता. जेधे करिन्याचा कर्ता, रामचंद्रपंत एवढेच नव्हे तर समर्थ रामदासही त्याच पठडीतील होय. 'निश्चयाचा महामेरू। बहुत जनांसी आधारू । अखंड स्थितीचा निर्धारू । श्रीमंत योगी ।।' यातील प्रत्येक शब्द किती 'शक्तभाराचा' आहे! असे समर्थ रामदास भावी पिढ्यांसाठी शिवरायांचे जीवन अक्षरबद्ध करावयास एखाद्या गुहेत १५/२० दिवस बसले असते तर त्यांनी काय 'अक्षरांच्या अक्षौहिणी' उभ्या केल्या असत्या काय? मुळीच नाही; कारण समर्थांच्या साहित्याचा स्वभावच तसा नाही; पण समर्थांनी तशी बैठक कुठे एखाद्या गुहेत जमविली नाही. माझी खंत नेमकी आहे ती इथे.

आम्ही बुद्धीत पराक्रमाप्रमाणेच कुणासही हार जाणारे नव्हतो. वाण होती ती दृष्टीची. ही दृष्टी होती 'तुझुक ए बाबरी' लिहिणाऱ्या बाबरास अथवा 'अकबरनामा' रचणाऱ्या अबुल फझलास.

संभाजी-गोदावरी कथा Recast करण्याच्या संदर्भात लिहिले ते मान्य; पण मी एवढ्यासाठी लिहिले होते की या गोदावरीने संभाजीचरित्रात एवढे थैमान घातले आहे की तिचे भूत भल्याभल्यांच्या मानगुटीवर बसलेले आहे; पण ते आपल्या लेखाने खाली उतरेलच. तेवढी मात्रा तिला पुरेल.

आपण 'मस्तानी'च्या लिखाणात पुरेपूर गुंतून आहात. ते पूर्ण झाल्याशिवाय आपणास अन्य लिखाणास सवड मिळू शकणार नाही, हे मी समजू

शकतो. संदर्भ शोधून अभ्यासपूर्वक लिहावे, अशी श्रद्धा ठेवणाऱ्या लेखकाची जात आता हळूहळू नामशेष व्हायला लागली आहे. आता परिषदेत वाचावयाचा Research Paperही चार दिवसांत ग्रंथालयात बसून तयार करणाऱ्या संशोधकांचे पीक तरारून आले आहे. मी जेव्हा 'शिवाजीच्या वतननीतीवर' लिहिले तेव्हा सतत तीन महिने माझ्या डोक्यात तोच विचार होता. सर्व संदर्भ तयार असूनही वतननीतीचा 'अर्थ उमजून' घ्यायला मला बराच अवधी लागला; पण शेवटी जेव्हा आपण असा लेख संपवून लेखणी खाली ठेवतो त्या वेळी जो आनंद होतो, तो आपण अनेक वेळा अनुभवला असेल. त्यास अन्य तुलना नाही. शिल्प पुरे झाल्यानंतर होणाऱ्या शिल्पकाराच्या आनंदाशी त्याची तुलना होऊ शकेल.

पत्र बरेच लांबले.

वढू बु॥ ला ५ एप्रिलला महाराष्ट्रातील मोठा मेळावा (संभाजी बलिदान दिन स्मृतिसोहळा) आहे, त्यास जाण्याच्या गडबडीत आहे. स्मारकग्रंथाचे काम तर चालूच आहे.

कळावे. लोभवृद्धी होत जावी!

आपला स्नेहांकित
जयसिंगराव पवार

❖

१०.

माटुंगा, मुंबई - ४०००१९
दि. २२-४-१९८९

स.न.वि.वि.

तुमचे दि. ३० मार्चचे पत्र काल सायंकाळी मिळाले. पत्राला झालेल्या उशिराचा खुलासाही कळला. धन्यवाद!

बरेच दिवसांत तुमचे पत्र आले नाही हे खरे; पण तुम्ही संभाजी महाराजांच्या त्रिशताब्दी पुण्यतिथीच्या निमित्ताने आयोजित करण्यात आलेल्या

कार्यक्रमात गुंतले आहात... याचीही जाणीव होतीच. त्यामुळे या गडबडीत पत्रोत्तर लिहिण्यास तुम्हास सवड होणार नाही याची मलाही कल्पना होतीच.

तुमचा समारंभ यथोचित पार पडला असेल असे खात्रीपूर्वक वाटते. याचे श्रेय अर्थात आपल्यासारख्या निष्ठावंत कार्यकर्त्यांचे आहे.

सारांश, तुमच्या उशिरा आलेल्या पत्राने आनंदच अधिक झाला. आणि आनंदाच्या बाबतीत असे सांगतात की तो उशिरा प्राप्त होण्यातच अधिक मौज असते. एक उर्दू कवी म्हणतो, "जो मजा इन्तजार में है... वो वस्ल में नही।"

अर्थात, परिस्थितीनुसार 'इन्तजार' आणि 'वस्ल' यांचे संदर्भ बदलत असले, तरी 'भावार्थ' एकच असतो हे तुम्हाला सांगायला नको!

पत्र संवादकांची 'पत्रिका' जुळणे आवश्यक असते. हा थोडाफार जुना दाखला तुम्हाला पटला याचा आनंद झाला. माझ्या मताने, ज्यांचा पत्रसंवाद जुळतो ते स्वभावत:च एकमेकांना 'अनुरूप' असतात म्हणूनच जुळत असतो. आणि हे एकदा मान्य झाले की परस्परांत कमी-अधिकपणाची भावना उरणेच शक्य नाही. नसावे! मग आपण म्हणता - अथवा आपल्याला शंका वाटते - तो तुलनेचा प्रश्न येतोच कुठे? एक फारसी इतिहासकार शिवाजी महाराजांना 'पासंगा'ची उपमा देतो. शिवाजी... ज्या कोणाचे बळ कमी पडत असेल त्याच्या पारड्यात आपले बळ टाकून-कोणत्याही संघर्षात दोन्ही पारडी किमान समबल करण्याचा प्रयत्न करी. मला वाटते, पत्रसंवादकांच्या बाबतीतही शिवाजीराजांची ही युद्धनीती समर्पक ठरते. पत्रसंवादक हे समानधर्मी आणि समानधर्मीच असले... तर अक्षरसंवादाचा तराजू समतोल राहील अशीच प्रत्येकाने काळजी घ्यायला हवी. आणि जिथे समतोल राहणे शक्य नसेल तिथे कमी भरणाऱ्या पारड्यात दुसऱ्याने 'पासंग' टाकून दोन्हीही पारडी समतोल करणे हे केवळ व्यवहारी कर्तव्यच नव्हे... तर अक्षरकर्तव्य ठरते! सारांश, प्राप्त परिस्थितीत दोन्हीही संवादकांनी शिवाजीराजांची 'पासंग-नीती'... अनुसरण्यास कोणाची हरकत नसावी! 'न्यून ते पुरते' करावे असे ज्ञानदेवही सांगतात! 'अधिक ते सरते' करावे असाही त्यांचाच आदेश आहे. मग न्यून-अधिकाचा प्रश्नच कुठे येतो? निसर्गात 'न्यून' काही नसते तसे 'अधिक'ही काही नसते. म्हणूनच सृष्टीचा अवाढव्य व्यवहारसुद्धा संतुलित असतो. त्याच्या तुलनेने अक्षर-संवादाच्या न्यून-अधिकाची काय मातब्बरी?

जपानी स्थापत्यशास्त्रानुसार-घर कधीच 'पूर्ण' बांधू नये असा एक अलिखित संकेत आहे. त्यांच्या मते, घराचा एक भाग तरी अर्धवट बांधलेलाच ठेवावा! इंग्रज कवी रॉबर्ट ब्राऊनिंगसुद्धा Perfection Spells Death असेच म्हणतो! सारांश Perfection मध्ये आनंदापेक्षा भयच अधिक असेल, तर अक्षरसंवादातसुद्धा Perfection ची यातायात कोणी आणि का करावी? उलट आपण Perfect म्हणजे सर्वज्ञ नाही याचा दोघांनीही आनंदच मानायला हवा! ...मी सर्वज्ञ नाही... आणि होऊ इच्छितही नाही!... कारण 'सर्वज्ञ' पत्रसंवादाचा खटाटोप करीत नाही! करायला गेला तरी तो त्याच्याकडून होत नाही. चांगदेव हा योगी म्हणजे त्या काळचा सर्वज्ञच होता; पण तो जेव्हा ज्ञानदेवांना पत्र लिहायला बसला तेव्हा... 'मायन्यातच' अडकून पडला. परिणामी, ज्ञानदेवांना एक 'कोरे' पत्रच मिळाले! ज्ञानदेवांनी तेही वाचले व त्याला पत्रोत्तरही लिहिले हे खरे! ...याचप्रमाणे प्रेयसीचे अथवा प्रियकराचे 'कोरे' पत्र वाचणारेही महाभाग असू शकतात हेही खरे!! पण माझ्या मताने एवढ्या आध्यात्मिक स्तरावरून अथवा... भाबड्या ऐहिक स्तरावरून... पत्रव्यवहार करणे आपणा दोघांनाही शक्य होणार नाही (निदान मला तर नाहीच)...! उलट आपला पत्रव्यवहार 'वेडेवाकुडे लिहीन' असाच तुकारामांच्या परखड शैलीतला असणार आणि असायला हवा! सारांश, दोघेही 'वेडेवाकुडे' लिहिणारेच असले तर कोणी कोणाला सांभाळून घ्यायचे? सारांश, पत्रसंवादकाने निर्भय, निःशंक असणे उचित! पत्रसंवादक हा निर्भय असलेला एकटा प्रवासीच असतो. तुकाराम महाराजांसारखा! ते म्हणतात -

"एथ एकले आ चालता - भय नाही सर्वथा ।
आज्ञा कृतांता... वाट पाहू नको ॥

प्रत्यक्ष यमाला रोखठोक बजावणारे तुकाराम कधी कधी सर्व संतमंडळींत श्रेष्ठ ठरतात ते असे! श्री. म. माटे म्हणत, 'संतांची भीती मला वाटत नाही; पण हा देहूचा वाणी मात्र 'दहशत' घालतो.' असो.

"अविस्तारी राहण्याने इतिहासाचे फार मोठे नुकसान होते अशी माझी समजूत आहे," असे तुम्ही म्हणता.

एकतर विशिष्ट कालखंडातील साहित्य अल्पाक्षरी असले, तरी त्या कालखंडाला ते सविस्तरच वाटत असते; कारण अल्पाक्षरी विस्तारावरच ते संतुष्ट असतात. सारांश, साहित्याचे अल्पाक्षरत्व अथवा सविस्तरता ही

त्या कालखंडाच्या Perspectiveमध्येच मापली पाहिजे. एकशे आठ रामायणे लिहिणारा मोरोपंत फक्त पेशवाईतच शक्य! शिवकाळाचा वारा प्यालेल्या कवीला ते शक्यच होणार नाही! शिवकाळाच्या आवाक्यातच महाभारत लिहिणाऱ्या मुक्तेश्वरांचे मराठी महाभारत हे मोरोपंतांच्या महाभारताहून तुलनेने Form and content या दोन्ही दृष्टीने ओवीबद्ध म्हणजे अल्पाक्षरीच ठरते! याबद्दल दोघांनाही दोष देता येणार नाही. आविष्काराचा 'आशय' हा भावी पिढ्यांना उपयोगी पडण्यासारखा असू शकतो; पण त्याचा 'फॉर्म' हा समकालीनच असणार! रामचंद्रपंतांचे आज्ञापत्र आज लिहायला घेतले तर त्यातील प्रत्येक प्रकरणावर चार-दोन खंड मजकूर लिहिता येईल एवढे ते विशालार्थी आहे! पण, रामचंद्रपंतांनी ते संक्षिप्त लिहिले. म्हणून त्यांना दोषी ठरविणे अन्यायाचे वाटते! आणि भावी पिढ्यांच्या सोयीकरता त्यांनी आज्ञापत्र सविस्तर लिहिले नाही म्हणून पंतांना दोषी ठरविणे, म्हणजे तर चोराला सोडून संन्याशाला सुळी देण्यासारखेच आहे! या न्यायाने अनेक इतिहासपुरुषांना आपण दोषी ठरवू शकू! मुठीत बेमालूम लपणाऱ्या संक्षिप्त वाघनखांऐवजी तुम्ही रिव्हॉल्व्हर का वापरलं नाही, असे शिवाजी महाराजांनाही विचारता येईल. अल्पाक्षरी अभंगाऐवजी मोरोपंती आर्या का वापरली नाही असे तुकारामांनाही विचारता येईल; पण तुकारामांच्या अभंगाचे स्फोटकत्व न जाणणारेच हे विचारतील. तुम्हीच म्हणता, 'निश्चयाचा महामेरू' या ओवीमधील प्रत्येक शब्द जबरदस्त शक्तभाराचा आहे. हा शक्तभार जर रामदासकालीन वाचकाला पुरेसा जाणवत असेल तर भावी वाचकांच्या पिढीला तो जाणवावा म्हणून या शक्तभाराच्या 'वाघिणीच्या दुधात' पाणी मिसळून तो विस्तारी करावा हे कदाचित दुधाच्या व्यापारात खपण्यासारखे असले, तरी आविष्काराच्या कलात्मक व्यवहारात निषिद्धच मानण्यात येईल आणि यावे! 'हत्यार तशी संस्कृती!' हेच खरे.

आजचे सौष्ठवशास्त्र सांगते की, कलावंत स्वत:करितासुद्धा आविष्कार करीत नाही. त्याचा बोलविता धनी वेगळाच असतो! असे जर असेल तर पुढच्या पिढ्यांच्या विचारांचा प्रश्न कुठे निर्माण होतो? आणि कलावंतानेसुद्धा असा विचार का करावा? लिओनार्दोने मोनालिसाचे चित्र काढले तेव्हा तिचे स्मित नेमके टिपले! हे स्मित गेली अनेक वर्षे अत्यंत गूढ ठरले आहे. कोणी म्हणेल की, भावी पिढ्यांकरिता लिओनार्दोने ते अधिक Broad केले असते तर या स्मिताने कलासमीक्षेत नंतर एवढा गोंधळ

घातला नसता. माझ्या मते, हे म्हणणेच हास्यास्पद आहे आणि वदतोव्याघातीही आहे. कैलासलेणे कोरून पूर्ण झाल्यावर - लेणे कोरणारा स्थापती जेव्हा लेण्यासमोर उभा राहून आपली कृती निरखू लागला तेव्हा तो एवढा भारावला की त्याच्या तोंडून अभावितपणे, "एतन्मया कथम् अहो! कृतामित्यकस्मात?" 'अहो.. माझ्याच हातून घडले काय?' असे उद्गार निघाले... याचा अर्थ, तुकाराम म्हणतात तोच 'बोलविता धनी वेगळाचि.'

'निश्चयाचा महामेरू' अशा योग्याचे चरित्र 'याचि देही याचि डोळा' प्रत्यक्ष पाहत असताना ते लिहून काढण्याकरिता 'दास डोंगरी राहतो' असा दावा करणाऱ्या रामदासांनी मुद्दाम एखाद्या शिवथर घळीत अथवा गुहेत डोळे मिटून बैठक जमवली असती तर मीच रामदासांना ढोंगी म्हटले असते. जे प्रत्यक्षात समोर दिसते आहे त्याचे वर्णन करायला समाधी कशाला? पुढच्या पिढीकरता? या पिढीचा विचार त्यांनी का करावा? तुम्हाला जी खंत वाटत आहे ती माझ्यादृष्टीने तरी अस्थानी आहे. अर्थात, चूकभूल देणे-घेणे!

कवींद्र परमानंदाचे 'संस्कृत शिवभारत' म्हणून एक शिवचरित्र प्रसिद्ध आहे; पण शिवकाळाचा वाराही न लागलेल्या या प्रकांड पंडिताने संस्कृत अक्षरांच्या अक्षौहिणी उभ्या करून ते लिहिले असले, तरी विश्वसनीयतेच्या दृष्टीने परमानंदांचे शिवचरित्र फारसे टिकत नाही! त्यापेक्षा दत्ताजी त्रिमलची एक्याण्णव प्रकरणी (९१ कलमी) बखर वास्तव शिवकालीन ठरते. आविष्कार म्हणून तर ही बखर किती अस्सल शिवकालीन आहे, हे मी माझ्या 'गतिमानी' या पुस्तकातच स्पष्ट केले आहे. अस्सल आविष्कार हा अस्सल सत्येतिहासच असतो. फक्त तो इतिहास शोधायला दृष्टी हवी इतकेच!

"साधने नष्ट होत आहेत. ती उपलब्ध होत नाहीत." अशी तक्रार परवा एका ऐतिहासिक कादंबरीकारानेही केल्याचे वाचले! पण, ही तक्रार मला मुदलीच कांगावा वाटतो. साधने नष्ट होणे हा निसर्गाचाच धर्म आहे आणि कोणीही आपणहून ऐतिहासिक साधने उपलब्ध करून देत नाही! ती शोधून मिळवावी लागतात. 'Roots' ही कादंबरी लिहिणाऱ्या ॲलेक्स हेले या निग्रो लेखकाला आपल्या मूळ आफ्रिकन वंशीयांचा शोध घेण्याकरिता किती खडतर कष्ट करावे लागले हे सर्वश्रुत आहे. तरीही, हेले आपल्या वंशीयांनी काहीही सविस्तर लिहून ठेवले नाही अशी कधीही तक्रार करीत नाही! कारण, अशी तक्रार करणे अविचारीपणाचे ठरेल अशीच त्याची

खात्री आहे; पण साधने उपलब्ध नाहीत म्हणून त्याने प्रयत्न सोडला नाही. त्याने केलेले संशोधन उद्या कदाचित खोटे ठरण्याची शक्यता अगदीच नाकारता येणार नाही. प्रश्न प्रयत्नांचा आहे. कष्ट घेण्याचा आहे. खऱ्या-खोट्याचा नाही!! संशोधन हे प्रथमावस्थेत Hypothetical च असते. असे आईनस्टाईनही सांगतो. 'It is the will to search and search in spite of odds - That really matters' म्हणूनच शिवाजीराजांना 'निश्चयाचा महामेरू' म्हणायचे. शून्यातून एक स्वराज्य निर्माण करणाऱ्या या श्रीमंत योग्याचे चरित्र लिहिताना मात्र आम्ही पुरावा उपलब्ध होत नाही म्हणून कांगावा करीत असू, तर आम्हाला शिवाजीराजांचे नाव घेण्याचा-सुद्धा काय अधिकार आहे?

'तुझुक ए बाबरी' लिहिणारा बाबर अथवा अकबरनामा लिहिणारा अबुल फझलास यांचे दाखले मला अस्थानी वाटतात! ताजमहाल आणि रायगड यांच्या निर्मितीत काही दशकांचे अंतर आहे; पण दोघांच्याही निर्मितीत अगदी Material पासून केवढ्या विशाल भावविश्वाचे महदंतर आहे! या अंतराकरिता भावी पिढ्या कोणाला दोषी ठरवणार? दृष्टी नाही म्हणून कोणाला हिणवणार? शहाजहानला की शिवाजीराजांना? असो. पत्र लांबले. अधिक-उण्याची क्षमा असावी. पत्रोत्तर यावे. यथावकाश! सर्वांना नमस्कार!

कळावे.

द. ग. गोडसे

❖

११.

माटुंगा, मुंबई - ४०००१९
दि. १९-५-१९८९

सप्रेम नमस्कार.

तुमचे दि. १३-५-८९चे पत्र काल संध्याकाळी मिळाले. पत्र वाचून

आनंद झाला.

पत्रोत्तराला होणाऱ्या उशिराबद्दल संकोच मानू नये. याबद्दल अपराधी वाटण्याचे तर सुतराम कारण नाही.

तुम्ही सध्या कॉलेजच्या (महाविद्यालयाच्या) कामात व्यग्र असणे स्वाभाविक आहे. शिवाय संभाजी स्मारक ग्रंथाचे तेवढेच महत्त्वाचे काम! यातून सवड मिळणे कठीण! हे समजण्यासारखे आहे. मी निवृत्त असलो, तरी एके काळी मी या मांडवाखालून गेलो आहे.

आपल्याला माझे सौष्ठवविचार... त्या संबंधीची माझी भूमिका मान्य झाली हे वाचून आनंद झाला.

सौष्ठवविचार हा माझ्या मताने फार व्यापक विचार आहे! किंबहुना, तो केवळ मानवी जीवनापुरताच मर्यादित नाही तर सर्व सृष्टीला-चराचर सृष्टीला व्यापणारा विचार आहे! किंबहुना, सर्व सृष्टीचा व्यवहारच कोणत्यातरी सौष्ठव सूत्रानुसारच अव्याहत चालू असतो असेही जाणवते. अर्थात, सृष्टीच्या व्यवहारातून मानवी जीवन वगळता येत नाही; कारण मानव हा सृष्टीचाच एक घटक आहे हे मानवाने कितीही प्रयत्न केला तरी विसरता येत नाही. हे जर सयुक्तिक असेल तर मानवी जीवनाची कथा म्हणजेच इतिहास. हेसुद्धा सौष्ठत्व विचाराचे एक महत्त्वाचे लक्षण ठरते. अर्थात, या संदर्भात 'सौष्ठव' या संज्ञेची व्याख्या नुसतीच वेगळ्या दृष्टिकोनाची ठरत नाही तर महत्त्वाच्या जीवनविषयक मौलिक धारणेची ठरते! माझ्या मते, सौष्ठत्व विचार आणि इतिहास यांचे नाते किती जवळिकीचे आहे; किंबहुना, मानवी जीवनाच्या किती जिव्हारांचे आहे हे सौष्ठवाच्या व्यापक विचाराच्या सूक्ष्म दृष्टीने पाहिले तर स्पष्ट व्हावे. हे मान्य झाले तर इतिहास हासुद्धा एक सूक्ष्म सौष्ठव विचारच ठरतो. 'सौष्ठव' अर्थात सृष्टीच्या विराट व्यवहाराचे म्हणजेच मानवी जीवन व्यवहाराचे!!

आणि या दृष्टीने जर सतराव्या शतकातील 'शिवकाळा'चा शोध घेतला तर महाराष्ट्राच्या इतिहासात 'शिवकाल' हा मानवी जीवनाच्या स्वयंस्फूर्त आविष्काराचा एक तेजस्वी Master Piece ठरतो. इतिहास हा जर शिल्पकार मानला तर मराठी इतिहासाचे सतरावे शतक हे वेरुळचे 'कैलास' लेणेच मानावे लागते! हे लेणे पाहून इतिहास पुरुषानेही म्हणावे 'एतन्मया कथमहोकृतम् इत्यकस्मात्!'...

या व्यापक सौष्ठव दृष्टीने शिवकालाचा आज फेरविचार केला तर

खात्रीपूर्वक जाणवते. इतिहासाच्या पुस्तकातून आज जाणवणारा शिवकाल एखाद्या महान हिमनगाच्या पाण्यावर दिसणाऱ्या शिखरासारखा केवळ अंशरूप आहे! शिवकाळाची प्रचंड, अदृष्ट महात्मता... आजमितीलाही पाण्याखालीच आहे!...

हे सारे वाचल्यावर तुम्हाला वाटेल मी भरकटत गेलो. आणि ते खरे आहे. घड्याळात आता रात्रीचे बारा वाजत आहेत आणि पत्र आता पुरे करावयाचे आहे. असो.

माझे 'मस्तानी' हे पुस्तक छापण्यास सुरुवात झाली आहे. आजच पुस्तकाच्या एका फॉर्मची प्रुफे तपासून दिली. पुस्तक प्रसिद्ध झाल्यावर एक भेट-प्रत तुमच्याकडे येईलच! तुमची प्रतिक्रिया जाणून घेण्यास उत्सुक आहे.

मस्तानी हे पुस्तक इतिहासविषयक की सौष्ठव विचारविषयक? इतिहासविषयक म्हणणारा हा गृहस्थ इतिहास नाट्य सौष्ठव विचार उगाच इतिहासावर लादायचा प्रयत्न करीत आहे. समीक्षक म्हणणार, इतिहासाच्या कुबड्या घेऊन समीक्षेत लुडबुड करण्याचा हा नाहक प्रयत्न करीत आहे!!! काय जे असेल ते वाचकांनी ठरवायचे आहे! बोलूनचालून ही गाजराची पुंगी!!!

आपला संभाजी स्मारक ग्रंथ पूर्ण होण्यास दोन-तीन महिने लागतील असे कळते. सावकाश होऊ द्या. घाई कसलीच नाही. बाकी सध्या ठीक!

सर्वांस नमस्कार... कळावे.

द. ग. गोडसे

❖

१२.

माटुंगा, मुंबई - ४०००१९
दि. १३-७-१९८९

सप्रेम नमस्कार

आपले १०-७-८९ चे पत्र आज मिळाले. 'मस्तानी' हे माझे पुस्तक

आपल्याकडे पाठविण्यास प्रकाशकास सांगितले होते. आपणास ते मिळाले हे वाचून हायसे वाटले. आपण ते आपल्या सवडीने वाचून आपली प्रतिक्रिया कळवावी ही विनंती. घाई नाही.

इतिहासाच्या अभ्यासकासच घाई नसते! आणि घाई करून चालतही नाही. साऱ्याच पाश्चात्त्य इतिहासकारांची प्रार्थना एकच! "Oh Lord - give me patience!"

सारांश, पुस्तक सावकाश वाचावे; पण वाचावे ही विनंती! तसे पाहिले तर exclusively हे इतिहासाचे पुस्तक नाहीच. इतिहासकारही माझे अशा प्रकारचे लेखन ऐतिहासिक मानीत नाहीत. ते नेमके कोणत्या Category चे आहे हे कदाचित मलाही सांगता येणार नाही. शेवटी एक 'शोध' असे म्हणून स्वस्थ बसणे हे उचित!

स्मारक ग्रंथाच्या किचकट कामात मस्तानीने आपला अधिक वेळ घेऊ नये एवढीच इच्छा.

बाकी सध्या ठीक...

सर्वांस नमस्कार. पुस्तक मिळाल्याची पोच अगत्याने दिलीत त्याबद्दल धन्यवाद.

द. ग. गोडसे

❖

१३.

माटुंगा, मुंबई - ४०००१९
२३-९-१९८९

सप्रेम नमस्कार.

आपले दि. २०-९-८९ चे कार्ड आज मिळाले. हार्दिक अभिनंदनाबद्दल धन्यवाद!

लेखकापेक्षा हा मस्तानीचा गौरव आहे हे आपले मत एकदम मान्य.

फ्रान्सची जोन ऑफ आर्क... हिला मान्यता मिळायला पाचशे वर्षे

थांबावे लागले. त्या मानाने मस्तानीला कमी वर्षे थांबावे लागले असे वाटते.

दोन्हीच्या बाबतीत 'मानवाची' सद्सदविवेकबुद्धीच प्रभावी असल्याचे जाणवते. या बुद्धीलाच मी 'सर्वतन असंज्ञा' (Collective Unconscious) म्हणतो. ही असंज्ञा नेहमीच जागृत असते. तुकारामांचा 'बोलविता धनी' तीच! असे असताना 'गोडसे' केवळ निमित्तमात्र! तो निर्माण झाला नाही तर जयसिंगराव पवार निर्माण होतील..! निर्मितीचे सातत्य राखणे हा तर सृष्टीचा 'वसा' आहे. मग गोडसे किस झाड की पत्ती?

सारांश, अभिनंदनाचा धनी मस्तानी... तिच्या वतीने धन्यवाद! संभाजी स्मारक ग्रंथाचे काम झाल्यावर मस्तानी वाचावी. घाई नाही.

सर्वांस नमस्कार.

आपला

द. ग. गोडसे

❖

१४.

माटुंगा, मुंबई - ४०००१९

दि. ३-११-१९८९

सप्रेम नमस्कार.

आजच तुम्हाला गोदावरीच्या समाधीच्या चित्राबद्दल पोष्ट कार्ड टाकले; पत्र रात्री पोष्ट करून घरी आलो आणि अचानक आठवले, गोदावरीच्या समाधीचे फोटो चित्र अमक्या अमक्या फाइलमध्ये असल्याचे. नेमका त्या फाइलचा शोध घेतला तेव्हा तिथेच ते आढळले. दुसऱ्या पाकिटात ते आजच पुन्हा पोष्ट करीत आहे.

फोटोवरून पुन्हा निगेटिव्ह काढून प्रिंट काढल्यास तुम्हाला त्याचा ब्लॉक करता येईल; कारण वर्तमानपत्रात छापून आले असले, तरी समाधीचे चित्र चांगले प्रिंट झाले आहे.

आपले काम झाल्यावर फोटोचे कटिंग परत पाठविणे शक्य झाल्यास अवश्य पाठवावे; कारण माझ्या रेफरन्स फाइलमधले ते आहे.

I hope the cutting serves your purpose to your minimum satisfacton.

बाकी सध्या ठीक.

सर्वांना नमस्कार. कळावे.

आपला
द. ग. गोडसे

बहुधा आता दोन्हीही पत्रे एकाच वेळी मिळतील! चित्राचा तपशील - महाराष्ट्र टाइम्स, २३ जून, १९६३ - पान सात.

लेखाचे शीर्षक - रायगड : सह्याद्रीच्या दरीत दबा धरून बसलेला वाघ.

❖

१५.

माटुंगा, मुंबई - ४०००१९
दि. ६-११-१९८९

सप्रेम नमस्कार,

आपले दि. २-११ चे १९८३ चे पत्र आज मिळाले. (२ नोव्हें., १९८३)

सध्या तुम्ही... ग्रंथाच्या कामाच्या भोवऱ्यात किती गुंतला आहात हेच तारखेच्या घोटाळ्यावरून स्पष्ट होते. हे गुंतणे म्हणजे एक समाधीच असेल तर 'आनंद भावने'व्यतिरिक्त आणखी काय असणार? आजच्या पत्रात तुम्हीच म्हणता, 'मनाला एक आनंद मिळतो.' माझ्या मताने, हा समाधिस्थ योग्याचाच आनंद आहे. या आनंदामुळे मनाला जसा शीण येत

नाही, तसा शरीरालाही नाहीच! तुम्हाला शरीराला 'शीण' येतो असे जे वाटते ते शरीराच्या 'धालेपणाचे'* द्योतक आहे. आनंद व्यक्त करण्याचे मनाचे प्रकार वेगळे असतात. तसे शरीराचेही सर्वस्वी वेगळे असतात! पण दुर्दैव हे की मनाच्या आणि बुद्धीच्या आनंदाशिवाय शरीराला होणारा आनंद अथवा समाधान केवळ शारीरिक (प्राकृतिक) नसून, शारीरिकतेच्या पलीकडचे असते, हे सहसा कोणी ध्यानात घेत नाही. आम्ही 'मनाचे श्लोक' लिहिले; पण शरीराकडे मात्र तुच्छतेनेच पाहिले! 'शरीरम् आद्यम्' एवढीच शरीराला संस्कृत Compliment! आणि तोसुद्धा, शरीरधर्माशी नव्हे, तर 'धर्म' भावनेशी जोडलेला.

माझ्या मते, तुम्हाला वाटणारा शारीरिक शीण हा शरीराच्या, कृतार्थतेच्या भावनेचा आनंदच मानायला हवा. It is not the physical fatigue... it is शरीराच्या विश्रांत स्थितीचे समाधान! Which alone regenerates energy for further work! But या शुष्क चर्चेत तुमचा वेळ घेणे... तुम्ही स्वीकारलेल्या कामातच व्यत्यय आणणे ठरेल!

गोदावरीच्या समाधीचे चित्र तुम्हाला हवे होते. एव्हाना त्याचे वृत्तपत्रातले कात्रण मिळाले असेल असे समजतो. I hope that serves your purpose!

तुम्ही पाठविलेल्या स्मारक ग्रंथाच्या पत्रकातील लेखांच्या यादीवरून तुमच्या संपादनाखाली निघणारा संभाजीराजांचा 'स्मारक ग्रंथ'... इतिहास, साहित्य, संशोधन, लोकसाहित्य आदी विविध अंगांनी भरघोस समृद्ध आणि तेवढाच दर्जेदार निघणार याबद्दल खात्री वाटते! संभाजीराजांच्या enigmatic व्यक्तिमत्त्वाचा अनेकानेक दृष्टिकोनांतून सूक्ष्म-स्पष्ट वेध घेणारा हा एक मोलाचा 'ऐतिहासिक संदर्भ ग्रंथ' ठरेल यात मुळीच शंका नाही! ग्रंथ प्रत्यक्ष पाहण्याआधीच तुमचे हार्दिक अभिनंदन करतो! एक उर्दू कवी म्हणतो, 'खत का मजमूं माप लेते है - लिफाफा देखकर।' तुमचे पत्रक वाचून असेच म्हणावेसे वाटले! अभिनंदन!!

संभाजीराजे मानवी collective unconscious चे प्रतीक ठरतात हा विचार तुम्हाला मान्य झाला याचा आनंद झाला! हॅम्लेटचा तो सहोदर वाटावा एवढा हा राजपुत्र आणि राजा नक्कीच enigmative आहे. He has always reminded me of Monalisa's famous smile. In this

---

* धालेपणाचे – तृप्तीचे

odd sense. संभाजी seems to be the creation of not only Maratha History but the प्रातिभ creation of human collective unconscious.

मला वाटते, असे अलौकिक भाग्य पुण्यश्लोक शिवाजीराजांनाही लाभले नाही. ofcourse I adore शिवाजी महाराज... but I Love संभाजी... as a prince and more as a king!

'बेबंदशाही' नाटकाबद्दल मात्र सविस्तर लिहायला हवे. गोदावरीच्या समाधीचे Location मी 'ऊर्जायन'मधील माझ्या लेखात दिले आहे.

सध्या डोळे त्रास देत आहेत. खुपऱ्यांमुळे हा त्रास होत असल्याचे डॉक्टरांचे म्हणणे. कदाचित ऑपरेशन करावे लागण्याची शक्यता आहे.

बाकी सध्या ठीक!

सर्वांना नमस्कार.

आपला

द. ग. गोडसे

❖

१६.

कोल्हापूर - ४१६०११

दि. १४-११-१९८९

स.न.वि.वि.

आपली दोन्हीही पत्रे दि. ३/११ आणि ६/११ ची पोहोचली. गोदावरीच्या समाधीचे कात्रणही मिळाले. आभारी आहे. शक्यतो रायगडला माणूस पाठवून समाधीचे Black & White छायाचित्रच मिळविण्याच्या प्रयत्नात आहे. तसे ते मिळाले की आपले कात्रण मी लगेच आपणाकडे पाठवीत आहे.

आपण माझ्या प्रकाशित होऊ घातलेल्या संभाजी स्मारक ग्रंथाचे in advance कौतुक केले. यामुळे मला संकोचल्याप्रमाणे झाले. थोडी भीतीही

वाटली की आपले संपादन आपणासारख्या जाणत्या मंडळींच्या कसास उतरेल की नाही? खरे सांगू, मी गेली सुमारे दीड वर्षे हे संपादनाचे काम करतो आहे. एखाद्याने हे काम तीन-चार महिन्यांतच करून टाकले असते; पण मुळात मोडी कागदपत्रांचे संशोधन व संपादन करीत असता जी खोड (बारीकसारीक गोष्टी बघण्याची) लागली, तिच्यामुळे एवढा कालावधी लागला. मला असे वाटते की, ग्रंथ प्रकाशित झाल्यावर महाराष्ट्रातील आपल्यासारख्या चार-दोन माणसांनी जरी थोडे कौतुक केले तरी घेतलेल्या श्रमाचे चीज झाले असे वाटेल. इतरांकडून अपेक्षा नाही.

स्मारक ग्रंथाचे काम हाती घेईपर्यंत खुद्द मलाही माहीत नव्हते की संभाजीराजांवर इतक्या विविध अंगांनी लिखाण झालेले आहे. अगदी परवा म. म. दत्तो वामन पोतदारांच्या संभाजीवरील एका लेखाचा (५० वर्षांपूर्वी लिहिलेल्या) शोध लागला! तो स्मारक ग्रंथात देत आहे. वेगळ्या भाषाशैलीत लिहिलेल्या या लेखातून पोतदारांचे संभाजीविषयक विचार व दृष्टिकोन समजून येतो.

संभाजीराजा ही enigmatic Personality आहे हे खरेच; पण त्याच्या व्यक्तिमत्त्वामधील enigma, हेच त्याच्या लोकप्रियतेचे व त्याच्या समाजातील जबरदस्त आकर्षणाचे रहस्य असावे. शिवाजीची लोकप्रियता वेगळी, तिची जात वेगळी! संभाजीची लोकप्रियता निराळी, तिची जात वेगळी! म्हणूनच आपण पहिल्याविषयी adore व दुसऱ्याविषयी love अशी शब्दयोजना केली आहे. अर्थात, या विषयात आपण माझ्याहून अधिक अधिकारी. असो. डोळे काय म्हणतात? लोभ असू द्यावा.

स्नेहांकित

जयसिंगराव पवार

❖

१७.

माटुंगा, मुंबई - ४०००१९
दि. १९-११-१९८९

सप्रेम नमस्कार,

आपले दि. १४-११-८९चे पत्र काल संध्याकाळी मिळाले. गोदावरीच्या समाधीचे कात्रण पाठविल्यावर आपले पत्र आले नाही त्यावरून वाटले पोस्टाने गोदावरी पळविली. आपल्या आजच्या पत्राने खुलासा झाला. प्रत्यक्ष समाधीचे छायाचित्र मिळाले तर उत्तमच. अन्यथा, कात्रणाची निगेटिव्ह घेऊन तीवरूनही फोटो घेता येणे शक्य होते. आपले काम झाले की आपण कात्रण परत पाठवालच. घाई कसलीही नाही!

संभाजी स्मारक ग्रंथाचे कौतुक कसले केले मी? ती तर मानवंदना होती! तुम्ही गेली काही महिने घेत असलेल्या श्रमांची पावती होती. आणि ती देणे हे तर आमचे अक्षर कर्तव्य होते! सध्या असली पावती देण्याचा व्यवहार Academic क्षेत्रातही दुर्मिळ झाला आहे हे खरे! शिवाय आम्ही पावती दिली तीसुद्धा Advance! म्हणजे 'नाथांच्या घरची उलटीच खूण' अशी!

पण, Academic क्षेत्रातल्या व्यवहारांना तारीख, तिथीचे भान असते कुठे? ज्ञानदेवांनी ज्ञानेश्वरी सांगितली तेव्हा त्यांचे वय किमान ६१ असावे, असा अंतर्गत पुरावा मिळतो; पण अक्षर रसिकांनी कौतुकाच्या भरात ज्ञानदेवांना पावती दिली ती १६व्या वर्षी ज्ञानेश्वरी लिहिल्याची! कौतुकाला मोल नसते तसे वयाचे भानही नसते. आधी, नंतर, A.M./P.M. अशी गणना नसते. तसे भूत-भविष्याचे पंचांगही नसते. मायकेल अँजेलोंचे वैशिष्ट्य असे की, नुसती एखादी संगमरवराची शिळा पाहून त्याला पुढे खोदल्या जाणाऱ्या शिल्पाकृतीची पूर्ण कल्पना यायची! सूक्ष्म विचार केला तर हीसुद्धा एक आगाऊ (Advance) पावतीच मानावी लागेल!

कलावंताने कलेला दिलेली पावती!!

तुमच्या (संपादित) ग्रंथांची यादी पाहून व वाचून आम्ही Advance पावती दिली! आता तुमची मेहनत, संशोधनाचा साक्षेप बघून-वाचून आमची दिलेली पावती 'रुजू' झाली असेल असे आम्ही समजतो!! आता

प्रत्यक्ष ग्रंथ पाहिल्यावर ‘धालेपणाची’ ढेकर देणे एवढेच उरले आहे.

ग्रंथ संपादनाला किती दिवस लागले वगैरे गणिती-गणितमान्यांनी खुशाल गणित सोडवीत बसावे. गतिमानी अशा बाष्कळ खेळात वेळ घालविणार नाहीत. तुमचा ग्रंथ हिशोबी कारकुनांकरता नाहीच! ‘भवभूती’प्रमाणेच तुम्हीही म्हणू शकता, “तान् प्रति नैष यत्ना:!” त्यांच्याकरता हा ग्रंथ नाही!

गंमत अशी की भवभूतीचे हे बाणेदार, परखड उत्तर कोणीच उद्‌धृत करीत नाही. सारे ‘कालोहययं निरवधिर्विपुलाच पृथ्वी’ म्हणून मोकळे होतात!

तुम्ही नि:शंक असावे! तुमच्या संपादित ग्रंथाचे यश निश्चित आणि निश्चितच असेल! किंबहुना, स्वत: संभाजीराजांनी तुमच्या संपादनावर बेहद्द खूश होऊन तुम्हाला विचारावे, “बंदे! तेरी रजा (इच्छा) क्या है?” यापेक्षा अधिक ‘मोलाची’ कोणती पावती तुम्हाला हवी आहे? माझ्या मते, चरित्र विषय जसा Enigmatic असणे आवश्यक तसा चरित्र संपादकही तेवढाच Enigmatic असणे महत्त्वाचे! तुमच्या संदर्भात या दोन्ही गोष्टींचा योग म्हणजे समसमा योगच मानला पाहिजे! ...after all every Hamlet has his Horatis, and माझ्या मते, Horatis in his own peculiarly simple way is as enigmative as his friend!! "That is why... he bids farewell... in such simple words 'Good night, sweet prince...'

तुम्ही संपादित केलेला ग्रंथ वाचून तुमच्याप्रमाणेच आम्हीही संभाजीराजांना म्हणू, 'Good night sweet prince!... you were a king for nine years... but to us... you are a prince forever!!...

आम्ही तुमच्या ग्रंथाची उत्सुकतेने वाट पाहत आहोत! तुम्ही म्हणता ‘या विषयात आपण अधिक अधिकारी!’ माझ्या मताने एक वेळ शिवाजीराजांविषयी अधिकारवाणीने बोलणे शक्य होईल... पण, संभाजीराजांबद्दल नाही. निदान मी तरी नाही! असो.

डोळ्यांचा त्रास चालू आहेच. ऑपरेशनही करून घेणार आहे. केव्हा ते अजून ठरलेले नाही! डोळे मिटण्यापूर्वी नक्कीच करून घेणार! आणि त्याला तर अजून बराच अवधी आहे. मग घाई कसली?

बाकी सध्या ठीक. सर्वांस नमस्कार.

कळावे.

आपला

द. ग. गोडसे

❖

१८.

कोल्हापूर - ४१६०११
दि. २-८-१९९०

स.न.वि.वि.

आपल्याला पत्र लिहायचे बऱ्याच दिवसांपासून मनात असूनसुद्धा ते लिहू शकलो नाही, याबद्दल क्षमा असावी. मार्च ३१ पूर्वी स्मारकग्रंथ तयार करण्याची घाई गडबड व त्यानंतर आलेल्या काही कौटुंबिक अडचणी यामुळे पत्र लिहायचे ठरवूनही मी ते करू शकलो नाही, याची मनाला रुखरुख लागून राहिली होती. ती या पत्राने थोडीबहुत दूर होईल.

आपले 'मस्तानी' हे पुस्तक मी काळजीपूर्वक वाचून काढले. मला ते फार आवडले. त्याची कारणे दोन. एकतर मराठ्यांच्या इतिहासातील एका उपेक्षित आणि समज-गैरसमजांच्या जंजाळात अडकलेल्या व्यक्तिमत्त्वाविषयीचा सत्येतिहास आपण उजेडात आणला आहे. दुसरे म्हणजे अशा व्यक्तीभोवती असलेल्या अदृश्य व गूढ अवकाशाचा शोध घेण्याची आपली जी चिकित्सक, संशोधनात्मक आणि तरीही लालित्यपूर्ण असणारी लेखनशैली.

मस्तानीसंबंधी माझ्यासारख्या अभ्यासकाच्या डोक्यातही समज-गैरसमजाचे एक धूसर चित्र होते. बाजीराव-मस्तानी संबंध गूढ वाटत होता. आपल्या संशोधनाने समाजासमोर मस्तानीची एक स्वतंत्र व्यक्तिमत्त्व असणारी तेजस्वी प्रतिमा सादर केली गेली आहे. याबद्दल समस्त इतिहासप्रेमी मंडळींनी आपणास धन्यवाद दिले पाहिजेत.

आपला ग्रंथ वाचल्यानंतर 'मस्तानी'ची बिदागी बाजीराव पेशव्यांच्या धर्मपत्नीच्या-मस्तानीच्या पदरात टाकणाऱ्या इतिहासकारांनी तिच्यावर किती मोठा अन्याय केला आहे याची जाणीव होते. आणि ही जाणीव आपण मस्तानीच्या अक्षरशत्रूंची जी यादी दिली आहे व त्यांचे दांभिकपण चव्हाट्यावर आणले आहे तीवरून तर अधिक तीव्र बनते. विशेषत:, राधाबाई, नानासाहेब व चिमाजीआप्पा यांनी आपल्या काळी धारण केलेले मुखवटे (ज्यावर मराठी इतिहासकारांनी रंगरंगोटी करून सजीवाचा आभास निर्माण केला) ते आपल्या लेखणीच्या प्रहाराने फोडून टाकले आहेत व त्यांचे खरे खलनायकी

स्वरूप स्पष्ट केले आहे, ही गोष्ट मला मोलाची वाटते. मस्तानीचा सर्वस्वी द्वेष करण्याचे पेशवे कुटुंबीयांच्या मनातील आपण दिलेले राजकारणी स्वार्थाचे कारण तर्कशुद्धच आहे. मस्तानी केवळ 'कंचनी' असती तर असा द्वेष उद्‌भवण्याचे कारणच नव्हते!

महाराजा छत्रसाल व राजकन्या मस्तानी यांच्या प्रणामीपंथीय व्यक्तिमत्त्वाची आपण केलेली चिकित्सा आपल्या अभ्यासाला एक वेगळेच परिमाण मिळवून देते. मस्तानीच्या व्यक्तिमत्त्वामागे असलेली प्रणामी पंथाची पार्श्वभूमी पाहिली की ती एक 'अनोख्या, अलौकिक जीवननिष्ठा' बाळगणारी स्त्री म्हणून नजरेसमोर येते. मला वाटते, आपल्या ग्रंथाचे हेच मोठे यश आहे.

मस्तानीबरोबर आपण युयुत्सूवृत्तीच्या बाजीराव पेशव्यांच्या व्यक्तिमत्त्वाचा घेतलेला शोध तितकाच महत्त्वाचा आहे. 'शहामत पनाह' बाजीरावाने प्रणामीपंथी छत्रसालाची कन्या पत्नी म्हणून स्वीकारणे हे 'जीवननिष्ठांचे' आव्हान होते आणि हे आव्हान बाजीरावामधील 'भटक्या'ने स्वीकारले होते, ही आपली चिकित्सा बाजीरावाच्या व्यक्तिमत्त्वास अगळा पैलू प्राप्त करून देते. तत्कालीन कर्मठ ब्राह्मण वर्गास हे आव्हान समजण्याची बौद्धिक व मानसिक कुवत नव्हती, ही बाजीरावांच्या आयुष्यातील शोकांतिका होय. पुढे इतिहासकारांनीही ती कुवत प्रकट केली नाही हे दुर्दैव!

आपण ग्रंथात अनेक नव्या गोष्टी मांडल्या आहेत. अनेक प्रमेये पुढे ठेवली आहेत. त्या सर्वांचा परामर्श घेतला तर पत्र फारच लांबेल. कदाचित, आपणाला कंटाळवाणे वाटेल; पण एक-दोन बाबींचा उल्लेख आणखी करतो.

'एक समाधी की कबर' या प्रकरणात मस्तानीची समाधी तिच्या मशिदीच्या आवारात का, या प्रश्नाचा ऊहापोह आपण केला आहे. तो अगदी अचूक आहे. ते वाचताना चार वर्षांपूर्वी इथे घडलेल्या एका घटनेची आठवण झाली. मुमताज रहिमतपुरे या इथल्या महाविद्यालयातील प्राध्यापिका. मुस्लीम सत्यशोधक समाजाचे धडाडीने कार्य करीत होत्या. दुर्दैवाने त्यांचे अपघाती निधन झाले. तेव्हा त्यांच्या मृतदेहाचे कबरस्तानात दफन करण्यास कोल्हापुरातील त्यांच्या मुस्लीम बांधवांनी विरोध केला. कोल्हापुरातील सामाजिक कार्यकर्ते व कडवे मुसलमान यांच्यात बरीच वादावादी होऊन मुमताजला कशीबशी कबरस्तानात जागा मिळाली; पण दफनकार्यात मुस्लिमांनी भाग घेतला नाही. ही घटना अनेक अर्थांनी बोलकी आहे. इतिहासातील अशाच एका

घटनेचा आपण अचूक वेध घेतल्याचे पाहून फार आनंद झाला. असो.

दुसरी गोष्ट आपण नाना फडणवीसाच्या मेणवलीच्या वाड्यातील मस्तानीचे चित्र पाहिले आहे काय? परवा मेणवलीस गेलो तेव्हा ते चित्र पाहण्याचा योग आला. त्या चित्राविषयी आपले मत काय?

ग्रंथांतर्गत एक-दोन गोष्टी खटकल्या. पहिली म्हणजे, अनेक ठिकाणी आपण उताऱ्यांचे संदर्भ दिलेले नाहीत. ते द्यावेत असे वाटते. दुसरे असे की, बऱ्याच ठिकाणी इतिहासकारांचे मोघम उल्लेख आलेले आहेत. ते नावानिशी येणे आवश्यक वाटते. आणखी असे की ग्रंथात पुढे पुढे पुनरुक्ती बरीच झाली आहे. ती आपणास सहज टाळता आली असती. तोच तो मुद्दा ठसविण्याच्या भरात हे घडले असावे. आपल्या लिखाणातील दोष दाखविण्याइतका मी अधिकारी नाही, याची मला जाणीव आहे; पण लिहिल्यावाचून राहवेना म्हणून लिहिले.

छत्रपती संभाजी स्मारक ग्रंथाचे प्रकाशन या ना त्या निमित्ताने पुढे पुढे ढकलत गेले आहे. आता सप्टेंबरच्या पहिल्या आठवड्यात कार्यक्रम निश्चित झाला आहे. श्री. माधव गडकरींच्या अध्यक्षतेखाली व तर्कतीर्थ लक्ष्मणशास्त्री जोशींच्या हस्ते प्रकाशन योजिले आहे. अद्याप तारीख निश्चित नाही. ती झाली की निमंत्रण पत्रिका पाठवीत आहे.

आपल्या अवलोकनाकरिता ग्रंथाची भेटप्रत आजच स्वतंत्ररीत्या पाठवीत आहे. ती पोहोचल्याचे कळविणे. गेली दोन वर्षे चालू असलेले काम हातावेगळे झाल्याचे समाधान झाले. आता हे काम कसे झाले आहे, हे आपल्यासारख्या तज्ज्ञांनी ठरवायचे आहे.

माझ्या पत्रास अपेक्षेहून विलंब झाला, याबद्दल पुन्हा एकदा क्षमा मागून थांबतो.

आपला
जयसिंगराव पवार

❖

१९.

माटुंगा, मुंबई - ४०००१९
६-८-१९९०

सप्रेम सादर नमस्कार...

आपले २ ऑगस्ट, ९०चे पत्र आज संध्याकाळी मिळाले. पत्र वाचून आनंद झाला आणि समाधान मात्र मनोमन झाले. धन्यवाद!

आपल्या पत्राची मी बरेच दिवस वाट बघत होतो. ते आले नाही यावरून आपण छत्रपती संभाजी स्मारक ग्रंथाच्या कार्यातच गुंतला आहात... एरवी आपले पत्र आलेच असते, अशीच मी समजूत करून घेतली होती. म्हणून पत्रोत्तराच्या उशिराबद्दल मी का रागवावे? आणि तुम्ही तरी विलंबाबद्दल क्षमा का मागावी? मी जसा रागावलो नाही, तशी तुमची क्षमासुद्धा अस्थानीच आहे.

अखेर आपण स्मृतिग्रंथाचे काम पूर्ण केलेत याबद्दल संभाजी महाराजांच्या वतीने त्यांचा एक चाहता म्हणून मी आपल्याला सहस्रशः धन्यवाद देतो. मागे एकदा पत्रात तुम्हाला संभाजीराजांचे 'होरॅशिओ' म्हटले होते. तुम्ही होरॅशिओच्याच निष्ठेचे हे कार्य स्वीकारले व ते पूर्ण केले, याबद्दल मला तरी खात्री आहे!

आताच 'छत्रपती संभाजी स्मारक ग्रंथाची' प्रत मिळाली. ग्रंथ मुखपृष्ठ आणि छपाईदृष्ट्या उत्तम, देखणा आणि स्वच्छ वाटला. वरवर वाचल्यावर आपण संपादित केलेल्या या ग्रंथाच्या दर पानावर आपल्या विराट उद्योगाची साक्ष उमटली असल्याचे जाणवले. ग्रंथ सावकाश वाचून माझे मत कळवीनच! तूर्तास आपले हार्दिक अभिनंदन!!

आपण माझे 'मस्तानी' हे पुस्तक काळजीपूर्वक वाचून काढले आणि ते तुम्हाला आवडले, हे वाचून मनस्वी आनंद झाला. आपल्यासारख्या इतिहासतज्ज्ञांच्या पावतीची महती माझ्यालेखी दर्शनी हुंडी एवढी महत्त्वाची आहे. काही नामवंत इतिहासकारांना आणि समीक्षकांनाही मी हे पुस्तक परीक्षणार्थ पाठविले होते; पण एकानेही साधी पोचसुद्धा दिलेली नाही.

उलट सामान्य वाचकांची पुस्तक आवडल्याबद्दल, मस्तानीची प्रतिमा

उजळ करून ती नव्याने प्रस्थापित केल्याबद्दल धन्यवाद देणारी पत्रे अनेक आली आहेत. इतिहासकारच पक्षपाती असला, तर तो सत्यापलाप करण्याची कोणती बेशरम परिसीमा गाठतो आणि एक-दोन नव्हे, तर शेकडो वर्षे सामान्य वाचकांना सर्वस्वी अज्ञानात ठेवून कसे भुलवतो हे पाहून मन विषण्ण होते. मस्तानीच्या बाबतीत तर सनातनी, वर्णाभिमानी 'पोष्य' बखरकारांसकट वर्णाभिमानी इतिहासकारांच्या अनेक सनातनी पिढ्या आजतागायत गेली अनेक वर्षे इतिहासशास्त्र दुष्ट करूनही नामानिराळे राहत असतील तर कोणीतरी त्यांना जाब विचारायलाच हवा, असे माझे मत आहे. मस्तानीच्या संदर्भातले माझे लेखन हा असाच एक अल्प प्रयत्न आहे. आपल्याला तो मान्य झाला यालाच मी माझे 'श्रेयस' मानतो.

आपण म्हणता...'इतिहासप्रेमी मंडळींनी आपणास धन्यवाद द्यायला हवेत.' असे नैष्ठिक इतिहासप्रेमी आहेत कुठे आणि किती?

बखरकार बोलूनचालून पोष्य होते; पण इतिहासकार कोणाचे आश्रित अथवा मिंधे होते? याला उत्तर ते एकजात वर्णाश्रम धर्माचे नुसते मिंधेच नव्हे तर छुपे प्रवर्तकही होते! 'असत्य' हेच त्यांचे इतिहासलेखन होते आणि अजूनही आहे.

असल्या इतिहासकारांनी केवळ मस्तानी विरुद्धच्या आकसामुळे बाजीरावाचे चतुरस्त्र कर्तृत्वही थिटे ठरवावे, हे माझ्या मताने बाजीरावाची नव्हे तर मराठी इतिहासलेखनाची क्षुद्रताच स्पष्ट करणारी बाब आहे. We are all middle class - पेटी बूर्झ्वाइझी!! ब्रिटिश आमदानीत महाराष्ट्रातून दक्षिणेकडे जाणारी सदर्न मराठा रेल्वेसुद्धा 'मीटर गेज' असावी, यातसुद्धा काही विधिसंकेत असावा काय अशी शंका येते. असो.

आपणास पुस्तकात खटकलेले दोष रास्तच आहेत आणि ते माझ्या लेखनाचे दोष आहेत हे मी कबूल करतो! मला मस्तानीची बाजू मांडावयाची होती. ती सबळ पुराव्यानुसार विवेचन करून ठामपणे मांडावयाची होती. त्यामुळे वारंवार पुनरुक्ती!! कोर्टात खटला लढविणाऱ्या वकिलासारखी! तरी या वकिलीकडे दुर्लक्ष करून माझ्या विवेचनाचा मथितार्थ ध्यानात घ्यावा, ही वाचकांना विनंती. आपण या अलिखित, विनंतीनुसारच पुस्तक वाचले हा आपला मोठेपणा.

मस्तानीच्या समाधीच्या संदर्भात आपण दिलेला - प्रत्यक्ष घडलेला अलीकडचा दाखला तर फारच मोलाचा वाटला! धन्यवाद!!

बाकी सध्या ठीक! डोळे थोडा त्रास देताहेत. औषधोपचार चालू आहेत. सर्वांस नमस्कार...

कळावे.

आपला

द. ग. गोडसे

❖

२०.

माटुंगा, मुंबई - ४०००१९

दि. ८-८-१९९०

सप्रेम नमस्कार,

कालचे माझे पत्र मिळाले असेलच! आपल्या पत्रातील एका शंकेचे स्पष्टीकरण देण्याचे राहून गेले म्हणून हे दुसरे पत्र. नाना फडणवीसांच्या मेणवली वाड्यातील तथाकथित मस्तानीचे चित्र! मस्तानी पुस्तकात मी या चित्राबद्दल लिहिले आहे. आपल्या नजरेतून ते निसटले असावे. मस्तानीचे हे चित्र सर्वत्र प्रसिद्ध करण्यात येत असले, तरी ते सर्वस्वी खोटे आहे. मस्तानीकालीन तर नाहीच! पण नाना फडणवीसकालीन वाटले तरी ते मस्तानीचे नाही! चित्रणशैली, चित्रित व्यक्तीची रूपलेखा, चित्रणाचे परकीय तंत्र वगैरे तपशील पाहिला तर ते उत्तरकालीन पेशवाईत रूढ होऊ पाहणाऱ्या पाश्चात्त्य चित्रण शैलीतले हे चित्र आहे. मस्तानीच्या वेळी ही शैली महाराष्ट्रात अपरिचित होती.

माझ्या मताने हे चित्र निजामाच्या दरबारी असणाऱ्या कलावंतिणीचे असावे. कलावंत आणि कलावंतिणी परप्रांतातून मागविण्याची प्रथा शाहू महाराजांपासून प्रचलित होती. नाना फडणवीससुद्धा ही प्रथा चालवित होते, असे नाना फडणवीस आणि निजामाकडचे पेशव्यांचे वकील गोविंदराव काळे यांच्या पत्रव्यवहारावरूनच स्पष्ट होते. निजामाचे सरदार रावरंभा यांच्या तैनातीत असलेली एक कलावंतीण पुण्यास पेशव्यांकडे पाठविण्याविषयी गोविंदरावांनी नानांना सुचविले. रावरंभा तिला महिना दोन हजार पगार देत

होते. पेशवे दरबार फार तर महिना एक हजार देतील असा गोविंदरावांचा अंदाज! अर्थात, हा सौदा पटला नाहीच. यावरून आठवण मात्र होते, 'मस्तानी'ला पेशव्यांनी दिलेल्या तथाकथित बिदागीची!

सारेच व्यवहार आणि शौक दरिद्री वृत्ती ठेवून करायचे!

बाकी ठीक. कळावे.

आपला
द. ग. गोडसे

❖

२१.

माटुंगा, मुंबई - ४०००१९
दि. १६-८-१९९०

सादर नमस्कार,

आपले दि. ११-८चे पत्र आज मिळाले. आनंद झाला. मेणवलीच्या तथाकथित मस्तानीबद्दल तुमचा भ्रमनिरास झाला, ही समाधानाची गोष्ट.

गंमत अशी की खरे-खोटे 'कोणतेही' 'मस्तानी' चित्र संग्रही ठेवणे हा अनेक सनातनी ब्राह्मणांचा उत्तर पेशवाईत आणि ब्रिटिश राजवटीत जवळजवळ अलीकडेपर्यंत एक आंबट शौक होता, असे आढळून येते. बहुधा या शौकापायीच मस्तानीची तथाकथित चित्रे काढवून घेण्यात येत असावीत अथवा विकत घेण्यात येत असावीत असे दिसते. अनेकदा तर कोणाही कलावंतिणीच्या चित्राला 'मस्तानी' समजून घरातल्या दफ्तऱ्यात अथवा मुरक्क्यात जपून ठेवण्यात येत असावे असेही जाणवते.

याबद्दलसुद्धा विचार केला तर दोन कारणे ध्यानात येतात. एक, मस्तानी म्हणजे बदनाम झालेली असली तरी ते एक ऐतिहासिक व्यक्तिमत्त्व होते. तेव्हा ऐतिहासिक व्यक्ती म्हणून तिचे चित्र संग्रहित करण्यात कोणालाही शंका घेण्याचे कारण नव्हते. दुसरे असे की, कंचनी म्हणूनही त्या स्त्रीच्या उत्तान चित्राचे एक अनोखे आकर्षण असेच! ही चित्रे दफ्तनीत अथवा

मुरक्क्यात लपवून ठेवण्यात येत आणि विरंगुळा म्हणून ती मुद्दाम बघण्यात येत. अलीकडच्या अनेक संस्थानिकांचे असे दफ्तनीसंग्रह मी पाहिले आहेत. आपल्या आत्मवृत्तात नाना फडणवीसच त्यांचा अप्रत्यक्ष निर्देश करतात.

अलीकडचे उदाहरण द्यायचे तर माझ्या ओळखीच्या एका गृहस्थाचे! गृहस्थ, संत साहित्याचा अभ्यासक तसाच इतिहासाचा चिकित्सक आणि संशोधक! मस्तानीवरील लेखात 'मस्तानी'चे वास्तवचित्र उपलब्ध नाही; कारण ते काढले जाणेच शक्य नव्हते' असे विधान मी केले आहे. हे गृहस्थ मला भेटल्यावर मला म्हणाले, "तुम्ही असे विधान कसे करता? माझ्याजवळ मस्तानीचे अस्सल चित्र आहे!" मला आश्चर्य वाटले; कारण गृहस्थ इतिहासाचा संशोधक होता. तेव्हा कदाचित त्याला उपलब्ध झालेले मस्तानीचे एखादे मिनिएचर त्याच्या संग्रही असणे शक्य वाटले. मी त्यांच्या घरी गेलो तेव्हा एक बंद (कुलूपबंद) कपाट उघडून त्यांनी लाल आलवणीचे एक बासन काढले. ते अलगद सोडून एक पोस्टकार्ड साइज चित्र माझ्यासमोर धरले! 'जितं मया' अशा आविर्भावाने! मी खळखळून हसलो आणि त्यांना विचारले, "कमाल आहे तुमची. हिला तुम्ही बाजीरावाची मस्तानी समजता? अहो, हा तर एका नायकिणीचा रंगवलेला फोटोग्राफ आहे."

आंबटशौकाचं मी प्रत्यक्ष पाहिलेलं हे उदाहरण! 'Mastani and the morbid Brahmin Sex' या विषयावरही एक लेख लिहिण्यासारखा आहे. असो.

सध्या गेले काही महिने मी डोळ्यांतील खुपऱ्यांच्या त्रासाने आजारी आहे. दोन ऑपरेशन्सही करून घेतली. औषधोपचारही चालू आहेत; पण लेखन-वाचन पूर्वीसारखे करता येत नाही. आणि डॉक्टरांनीही मनाई केली आहे. सध्या फक्त पत्रलेखन जेमतेम करू शकतो इतकेच! वाचन जवळजवळ नाहीच! यामुळेच तुमचा छत्रपती संभाजी स्मारक ग्रंथ फक्त चाळला... वाचू शकलो नाही. तो सावकाशच वाचावा लागेल. आणि तेही डॉक्टरांचा डोळा चुकवून!

म्हणून मी, तुम्ही याच पत्रात केलेली ग्रंथाचा परिचयात्मक लेख लिहिण्याची विनंती... सध्या तरी मान्य करू शकत नाही, हे अत्यंत नाईलाजाने आपणास कळवीत आहे. क्षमा करावी!

हे एक प्रामाणिक कारण! पण, ग्रंथ नुसता चाळला तरी त्याचा समर्पक

परिचय करून देणे किती कठीण आहे हे मलाच जाणवले. माझ्यापेक्षा एखाद्या अधिकारी व्यक्तीचेच ते काम आहे यात शंका नाही. अशा अनेक अधिकारी व्यक्ती आपल्या परिचयाच्या आहेतच! नुसते चाळले तरी ग्रंथाचे तुमचे संपादन एवढे साक्षेपी वाटते की त्याचा परिचय करून देण्याकरिता कोणीही अहमहमिकेने तयार व्हावे.

आपण छापलेली संभाजीविषयक रंगीत चित्रे उत्तम आणि वैशिष्ट्यपूर्ण वाटली. पैकी दोन माझ्या पाहण्यात नव्हती ती आपल्या ग्रंथात पाहता आली हा अलभ्य लाभ. वाघाची शिकार करताना संभाजीचे एक चित्र आहे. कदाचित, आपणास ते पुरते विश्वसनीय वाटले नसावे.

मलपृष्ठावरचे संभाजीराजांचे चित्र उत्तम आहे; पण ते बघताना एक शंका आली. दूर समुद्रावर ज्या शिडाच्या होड्या दाखविण्यात आल्या आहेत त्याचबरोबर मोठी आरमारी - चार शिडांची गलबते दाखविण्यात आली असती तर संभाजीराजांच्या नाविक सामर्थ्याची अधिक समर्पकपणे कल्पना येऊ शकली असती. सभासद, पंत अमात्य या मोठ्या गलबतांचा निर्देश- दर्यावरचे जंजिरे (किल्ले) म्हणून करतात. शिवाजी महाराजांच्या व संभाजी महाराजांच्या नौदलात हे किल्ले होते. सबब मलपृष्ठावरील चित्रात ते असणे आवश्यक होते. चित्राच्या Compositionच्या दृष्टीनेही गलबतांची उपाययोजना अधिक प्रभावी ठरली असती, असे वाटते. बहुधा चित्रकार म्हणून मला ही शंका आली हे शक्य आहे.

दि. ६-९-९०ला स्मारक ग्रंथाचे प्रकाशन होणार असल्याचे कळले. आपण आयोजित केलेल्या या भव्य समारंभास माझ्या हार्दिक सदिच्छा देतो व भरघोस यश चिंतितो.

पत्राबद्दल धन्यवाद.

सर्वांना नमस्कार. कळावे.

आपला

द. ग. गोडसे

❖

परिशिष्ट - १

संभाजीराजा आणि गोदावरीची लोककथा

द. ग. गोडसे

आडवाटेला एखादी प्राचीन भग्न मूर्ती सापडली तशी प्रस्तुत लोककथा आडवाटेलाच ऐकली. वाडीला... रायगडच्या पायथ्यालगत असलेल्या किल्लेवाडीला रायगडच्या परिसरात हिंडत होतो. गडाच्या खूबलढा बुरुजाकडून खाली उरताना, वाटेच्या बाजूला एक समाधी दिसली. काळ्या कातळाची चिरेबंदी समाधी. समाधीच्या चौथऱ्यावर वृंदावनासारखी दिसणारी देवळी. या देवळीचा काही भाग खंडित झालेला आढळला... तरी समाधी अजून बरीच शाबूत होती. समाधीभोवती फिरत असताना प्रश्न पडला, कोणाची ही समाधी? समाधीवरील देवळीच्या थाटावरून ती कोणा स्त्रीची समाधी असावी, असे जाणवले. मी अधिक निरखून पाहू लागलो... इतक्यात कानावर शब्द पडले, "गोदावरीची समाधी हाय ती... सती गोदावरीची."

माहिती देणारा धनगर होता. साठी उलटलेला. शेजारच्या रानात त्याची मेंढरे, बकऱ्या इतस्ततः झुडपे ओरबाडीत होत्या. समाधीजवळच एका झाडाची सावली धरून धनगर उभा होता. तो जवळ आला तसे मी विचारले, "कोण ही गोदावरी?"

"तुम्हास्नी माहीत न्हाय?....मोठी पुन्यवान बाई होती ती. साध्वी व्हती! इथंच ती सती गेली म्हनत्यात...आमचे वाडवडील सांगत आले."

मी विचार करू लागलो, ही एक सती गेलेल्या स्त्रीची समाधी आहे

तर!... सतीच्या समाध्या मी पाहिल्या होत्या. थोरल्या माधवराव पेशव्यांची पत्नी रमाबाई हिची थेऊर येथील मुळा-मुठा नदीकाठची समाधी आठवली. काही खेडेगावांतून आढळणाऱ्या सतीच्या शिळा आठवल्या. चुडा भरलेल्या हाताच्या आकृती कोरलेल्या लहान-मोठ्या आकाराचे जमिनीत उभे पुरलेले दगडी पाटे. सतीची मंदिरे असल्याचेही माहीत होते. सतीची जुनी देवळे महाराष्ट्रातही आढळतात. राजस्थानात तर एकही गाव असे नाही म्हणतात की जिथे सतीच्या शिळा अथवा मंदिर नाही. राजस्थानातले झुनझुन गावचे राणी सतीचे मंदिर हे भारतातल्या प्रसिद्ध सतीमंदिरांपैकी एक. सती गेलेल्या राणीचा पती राजवंशातला... म्हणून राणीचे मंदिर उभारण्यात आले; पण राणीचे नाव मंदिराला नाही. फक्त सतीचे मंदिर या मोघम नावानेच ते ओळखले जाते. सतीच्या शिळाही अशा अनामिकच असतात. सती जाणाऱ्या स्त्रीचे त्यावर नाव नसते... असते फक्त चुडा भरलेल्या हाताची कोरलेली निशाणी! सती जाणारी स्त्री एवढी विमुक्त, निर्लेप होऊन सती जात असावी काय?... मनात आले, या अनामिक सतींच्या तुलनेने ही गोदावरी बरीच भाग्यशाली दिसते. 'सतीची समाधी' या मोघम नावापेक्षा... 'गोदावरीची समाधी' म्हणून अजूनही ती ओळखली जात आहे!

धनगरबुवा शेजारीच उभे होते. मी प्रश्न केला, "ही सती गोदावरीची समाधी आहे म्हणता... कोणा मातबर असामीची ती घरधनीण असली पाहिजे...नाही का?"

म्हातारा थोडा हसला... आणि म्हणाला, "त्याचं असं हाय बघा... तिचा घरधनी मातबर व्हता की कसा हे माहीत न्हाय. पाव्हनं...ती नवऱ्याबरोबर सती गेली न्हाय."

"म्हणजे?"

"अवं... ती येकलीच सती गेली."

मला शंका आली. "गावात काही शिंदळकी केली होती का तिनं?"

म्हातारा उसळून म्हणाला, "न्हाय, न्हाय, न्हाय... भलतंच काय?... शिंदळ बाईची कोनी समाधी बांधतो काय? रांडेच्या नावानं साधा दगुड सुदिक कोनी ठेवनार न्हाई! गोदावरी तशी कशी असंल? बामनाची मुलगी ती. तरणीताठी... लगीन झालेली...तिचा नवरा जिवंत तरी ती सती गेली."

मी अधिकच बुचकळ्यात पडलो. म्हणजे रमाबाईप्रमाणे पतीबरोबर तिने सहगमन केले नव्हते तर! मग सती जाण्याचे प्रयोजन काय? माझ्या

मनातला गोंधळ धनगराच्याही ध्यानात आला असावा. एरवी धनगर लोक कितीही भोळेभाबडे वाटले तरी ते मोठे मनकवडे असतात. तो म्हणाला, "त्याचं असं हाय पाव्हनं, आमच्या या रायगडच्या मुलकात लहानपनापासून ऐकत आलेली कथाच तुम्हास्नी सांगतो." आणि आपल्या मेंढरा-बकऱ्यांवर एक चौफेर नजर टाकून त्याने आपल्या खास धनगरी हेलात गोदावरीची कथा वेल्हाळ ढंगाने सांगायला सुरुवात केली.

"गडाच्या पायथ्याशी बघा... इथून दोन कोसाच्या अंतरावर पाचाड गाव आहे, तुम्ही शिवाजीराजाचं नाव ऐकलं असंल... न्हाई का?... त्याच्या आईचं नाव जिजाबाई... आईकरता शिवाजीराजानं पाचाडला मोठा वाडा बांधला व्हता. म्हातारी तिथं ऱ्हायची, शिवाजीचा ल्योक संभाजीला घेऊन. संभाजी हा शिवाजीचा मुलगा. जवान, तरनाबांड, गुमान देखना... मोठ्या हिमतीचा गडी. संभाजी ऐन उमेदीत आला अन् म्हातारी मेली. संभाजीला शिकारीचा शौक भारी! गडाभोवतालच्या जाळी-जंगलात तो शिकार खेळायचा. आता कशी अन् कुठं, माहीत नाही... पण, गोदावरी त्याच्या नजरेस पडली. गोदावरी बामनाची पोर... ऐन जवानीत आलेली, अन् रूपानं विचाराल.. तर भलती देखणी. तिचं लगीन झालेलं... ती दुसऱ्याची! पन् कसलं काय? संभाजी गुमान भुलला बघा...तिला पाहून बेभान झाला. तोही जवानीत आलेला, अन् हिमतीचा! झडप घालून वाघानं जसं अवचित मेंढरू पकडावं तशी संभाजीनं गोदावरीला धरली अन् पळवली! ती बामन हाय.. तिचं लगीन झालेलं हाय!... त्या जोशात कुनाला कसलं भान राहत नाही बघा.

"सांगतात... संभाजीनं तिला बंदोबस्तात ठेवली. तो रोज तिच्या भेटीला जायचा; पन कसा?...अदब राखून. जुलम जबरी त्यानं तिच्यावर केली नाही. आपलं खानदान तो इसरला नाही. पन बघा, गोदावरीही पक्की! गुमान ती संभाजीला बधली न्हाई!

"आता संभाजीनं... शिवाजीराजाच्या लेकानं बामनाची पोरगी पळवली ही गोष्ट काय लपून राहते? आमच्या पहाडी मुलकात जरा कुठं काही खुट्ट वाजलं तर सारं रान कान टवकारून सावध होतं. ही बातमी तर वणव्यासारखी गावोगाव पसरली. शिवाजीराजाच्या कानावर गेली. तडक त्यानं गोदावरीची सुटका केली. राजाच्या पोरानंच तिला पळवली. कोनाकडं ती फिर्याद गुदरनार अन् तिची दाद कोन घेनार? म्हणतात, शिवाजीराजानं जवा

गोदावरीची सुटका केली तेव्हा त्यानं तिच्या पायावर डोई ठेवली.

"शिवाजीराजानं गोदावरीला तिच्या घरी पोहोचती करायचा विचार चालविला.. तिच्या माहेरी, नाहीतर सासरी... नवऱ्याकडं! पन, गंमत बघा... गोदावरी गुमान कुठं जायला कबूल होईना. तिचं सांगनं एकच 'माझी चिता रचा...आता मी सती जानार!' शिवाजीराजानं... आणखी कोनी कोनी तिची समजूत घालून पाहिली... पन, गुमान ती कोणाचं ऐकेना. तिचा हट्ट कायम 'मी सती जानार.'

"शेवटी तिनं आपलंच खरं केलं...ती सती गेली....पन पाव्हनं, गोदावरी सती कशी गेली?...सती जातेवेळी तिनं सांगितलं - 'माझी चिता संभाजीनं पेटवली पाहिजे.' गोदावरीची चिता संभाजीनंच पेटवली म्हनतात. तिची ही समाधी."

***

धनगरानं सांगितलेली कथा... रायगडच्या परिसरात प्रचलित असलेली लोककथा होती, येथे मी सारांशाने दिली आहे. शक्य झाला तेवढा त्याच्या भाषेत सांगण्याचा प्रयत्न करून; पण तो खरा नाही. प्रत्यक्षात त्याने आपल्या धनगरी वेल्हाळ ढंगाने, कथेचे अंगभूत नाट्य पकडून ती अशा जिव्हाळ्याने सांगितली होती की बेभान होऊन मी एकटक ऐकत राहिलो! कथा सांगताना धनगराने काही पदरचे घातले असल्याचीही शक्यता आहे. लोककथा ऐकताना हा अनुभव नेहमीच येतो; कारण त्या मौखिक असल्यामुळे स्वभावतःच लवचीक असतात. याच लोककथेच्या आणखी काही प्रती नंतर ऐकण्यात आल्या. तेव्हा त्यांच्या तपशिलात फरकही आढळला. एका कथेत तर शिवाजीचाही उल्लेख नव्हता. एका कथेनुसार गोदावरी सती गेली नाही तर तिने कड्यावरून उडी टाकली; पण तिचे क्रियाकर्मांतर.. तिच्या इच्छेनुसार संभाजीनेच केले. जिथे तिने उडी टाकली तिथे एक झरा वाहत असतो म्हणतात. त्या ठिकाणी एक कुंडही बांधण्यात आल्याचे सांगण्यात येते. मी हे कुंड पाहिलेले नाही; पण यावरून एक गोष्ट मात्र स्पष्ट होते की, गोदावरीची कथा याच परिसरात वेगवेगळ्या ठिकाणी...वेगवेगळ्या तपशिलात प्रचलित असली तरी कथेचा आशय आणि श्रद्धा-निष्ठा सर्वत्र एकच आहेत. कुठे गोदावरीने उडी घेतली असली, कुठे ती सती गेली असली तरी संभाजीनेच तिचे क्रियाकर्मांतर केले आहे अथवा तिची चिता पेटविली आहे.

धनगराने कथा सांगताना क्वचित कोठे विस्तारही केला असेल; पण कथेच्या मूळ निष्ठांना त्याने धक्का लावल्याचे अथवा त्यात बदल केल्याचे जाणवले नाही. उलट त्या जपण्याबद्दल तो विशेष जागरूक होता असेच जाणवले. विशेषतः, कथेच्या शेवटी, "गोदावरी सती गेली...पन कशी? सती जातेवेळी तिनं सांगितलं- 'माझी चिता संभाजीनं पेटविली पाहिजे' हे सांगताना तो सद्‌गदित झाला होता. त्याचे डोळे पाणावले होते. "संभाजीनं गोदावरीची चिता इथंच पेटवली म्हनतात...तिची ही समाधी." हे सांगून त्याने समाधीकडे अशा आदरभरल्या नजरेने काही क्षण एकटक पाहिले की वाटले, ती घटना तो प्रत्यक्ष बघत आहे. संभाजी आणि गोदावरी त्याला प्रत्यक्ष दिसत आहेत. कथा केव्हा घडली असेल ती असो... कथा सांगणाऱ्या धनगराच्या स्मृतीत अजूनही ती तेवढीच ताजी आणि जिवंत असल्याचे जाणवले. काळाचे अंतर पार करून कोणत्या अनाकलनीय, गूढ श्रद्धेने लोककथा, ग्रामीणांच्या भावविश्वात जपल्या जातात याचे जणू मी प्रात्यक्षिकच पाहत होतो.

धनगराच्या कथाकथनात कोणाबद्दल आकस अथवा आक्रोश नव्हता. गोदावरीबद्दल आकस असण्याचे कारण नव्हते... पण, संभाजीबद्दलही नव्हता. संभाजीने एक तरुण स्त्री पळविली होती; पण धनगराला त्याचे वर्तन मुलखावेगळे वाटले नव्हते. तारुण्यात अशी आगळीक घडायचीच अशीच त्याची प्रामाणिक समजूत असावी; पण याहीपेक्षा विशेष म्हणजे गोदावरीच्या सती जाण्याचेही त्याला दुःख नव्हते. मला शंका आली, असे का? त्याच्या कथाकथनाचा शेवट आठवला. तो पुन्हा पुन्हा बजावून सांगत होता, "गोदावरी सती गेली...पन कशी? संभाजीनं माझी चिता पेटवली पाहिजे असा हट्ट धरून." गोदावरीचा हा हट्ट मला चमत्कारिक वाटत होता; पण तसा तो धनगराला वाटत नव्हता. उलट गोदावरीचा हट्ट तो समजू शकत होता असेही वाटले. किंबहुना, त्याच्या दृष्टीने तो रास्त असल्याचेही जाणवले. कुणी सांगावे? त्याच्या 'देशक' श्रद्धा-समजुतीनुसार हा हट्ट त्याला आगळा दिलासाही देत असावा! मला मात्र तो सर्वस्वी अनाकलनीय होता. पुढे अनेक वर्षे...गोदावरीचा हट्ट हे एक कोडेच होते.

गेल्या जवळपास तीनशे वर्षांत रायगडाच्या परिसरातील अनेक पिढ्यांनी या लोककथेचा वहाळ, धनगरासारखाच आपआपल्या परीने जिवंत आणि प्रवाही ठेवला आहे. कथा सांगणारा वेगळा असेल, कथेच्या तपशिलातही

कमी-अधिक होत असेल, कथाकथनाचा ढंगही निरनिराळा असेल...पण, सर्वकाळ आणि सर्वत्र कथेचा आशय आणि आग्रह एकच, "माझी चिता संभाजीनं पेटविली पाहिजे." अथवा "माझं क्रियाकर्मांतर संभाजीनं केलं पाहिजे." आज वाटते... मी पाहिलेली समाधी गोदावरीची असो अथवा नसो...ऐकलेली कथा मात्र गोदावरीची 'अक्षर' समाधीच आहे. ग्रामीणांच्या लोकधाटीने बांधलेले 'शब्द वृंदावन.' एका अनोख्या स्मृतीचा भावगंध सतत दरवळत ठेवणारी रानतुळस... गावरान 'वाग्वैजयंती'! ही स्मृती कोणाची? गोदावरीची की संभाजीची? की दोघांचीही? ...की दोघांच्या निमित्ताने एका वेगळ्याच श्रेयसाची? याचे समाधानकारक उत्तर मिळत नव्हते, तरी 'संभाजीनं माझी चिता पेटविली पाहिजे' हे गोदावरीचे निर्वाणीचे उद्‌गार मात्र सतत कानात घुमत होते.

***

प्रस्तुत कथा शिवकाळाशी संबंधित आहे असे, कथेतील शिवाजी, संभाजी या नावांवरून वाटते. सर्वसाधारण समजही असाच आहे; पण शंका येते. ही लोककथा आहे, इतिहास नाही! शिवाजी, संभाजी ही नावे इतिहासप्रसिद्ध आहेत म्हणून लोककथेतील शिवाजी, संभाजीही ऐतिहासिक समजावयाचे की काय? विशेषतः, लोककथेतला संभाजी! लोककथेत तो ऐतिहासिक संभाजीहून वेगळा असल्याचे आढळले तर?... तर ही लोककथा कोणा संभाजी या तरुणाची होते आणि ती शिवकालीन न ठरता तिचे मूळ शिवकालाच्याही आधीच्या काळात असणे शक्य वाटते. लोककथा नदीसारखीच प्रवाही असते आणि प्रवासीही असते. या प्रवासात तिच्या मूळ प्रवाहाला येऊन मिळणाऱ्या नव्या संदर्भाच्या लहान-मोठ्या झऱ्या-नाल्यांनी पुष्ट होऊन ती सतत प्रवाही राहत असते. गुजराती लोककथांत चंद्रगुजरीची एक कथा आहे. चंद्रगुजरी आणि बे-गडा महंमद यांची कथा! या गुजराती कथेशी गोदावरीच्या मराठी कथेचे बरेच साम्य आहे. तपशिलात फरक असला, तरी दोन्ही लोककथांचा आशय आणि निष्ठा एकच आहेत. चंद्रगुजरीची लोककथा बे-गडा महंमदशी संबंधित आहे. म्हणजे ती शिवकालाच्या आधीची आहे असे इतिहासावरून स्पष्ट होते. गुजरातेतून कोकणात उतरणारा उत्तर-दक्षिण प्राचीन व्यापारी महामार्ग रायगडच्या परिसरातूनच जातो. रायगडनजीकचे महाड हे तर बुद्धकाळापासून जमिनीवरच्या आणि नाविक अशा देशी-परदेशी दोन्ही व्यापारांचे मोठे केंद्र म्हणून प्रसिद्ध होते. लोककथा

या व्यापाऱ्यांच्या सहप्रवासी असतात, हे ध्यानात घेतले की शंका येते, रायगडाच्या परिसरातून उत्तर-दक्षिण जाणाऱ्या प्रवासी मार्गानेच तर चंद्रगुजरीची लोककथा भटकत येऊन नवे संदर्भ मिळताच रायगडच्या परिसरात स्थायिक झाली असावी? म्हणजे गुजराती चंद्रगुजरीच कोकणात आल्यावर 'मराठी' गोदावरी झाली की काय?

प्रस्तुत लोककथा जुनी गुजराती असो अथवा नवी मराठी असो, रायगडच्या मुलखात आल्यावर येथील लोकधाटीने तिला कोणता वेगळा थाट-घाट दिला... तिच्या मूळ निष्ठा कशा जपल्या हे बघणे महत्त्वाचे आहे.

चंद्रगुजरीच्या लोककथेत 'बे-गडा (दोन गडांचा स्वामी) महंमद' हा गुजरातच्या इतिहासातील पराक्रमी सुलतान कथानायक आहे. महाराष्ट्राच्या मानाने गुजरातमध्ये गड एकंदरीत कमीच. त्यामुळे दोन गडांचा स्वामी हे कथानायकाचे ऐतिहासिक बिरुद गुजराती लोककथेने कथानायकाचे सामर्थ्य सूचित करण्याकरिता हेतुपूर्वक मान्य केलेले दिसते. मराठी मुलखात गडांची वाण नाही. प्रकृतीनेच दगडांचा असलेला हा देश...गडांचा देशही मानण्यात येतो. एखाद्या पहाडाच्या सुळक्यावर कुठेही उभे राहून सहज सभोवार नजर फिरवली तर भोवतालच्या पहाडी गर्दीत अनेक लहान-मोठ्या गढ्या आणि गड दबा धरून बसलेले दिसतात. शिवकालापूर्वीपासून या गड-गढ्यांचे अधिपती स्थानिक सत्ताधीश असत आणि आपआपल्या परिसरात ते राजे म्हणून ओळखले जात, हे ऐतिहासिक कागदपत्रांवरून स्पष्ट होते. सारांश, गुजराती लोककथेच्या नायकाचे सामर्थ्य सूचित करणारे 'बे-गडा' हे बिरुद मराठी लोककथेला अस्वाभाविक वाटणे शक्य तर नव्हतेच, उलट सोयीचे होते. किंबहुना, तिने आपला नायक दोनच नव्हे, तर अनेक गडांचा स्वामी असल्याचे सुचविणे सहज, स्वाभाविक होते. यावरून शंका येते म्हणून तर अनेक गडांचा स्वामी असलेल्या संभाजीशी या लोककथेचा संबंध जोडण्यात येत नसावा?

'बे-गडा महंमद' या गुजरातच्या सुलतानाने चंद्रगुजरी या सामान्य पण देखण्या स्त्रीला पळविली व ती वश होत नाही, हे ध्यानात येताच तिच्यावर कसलीही जबरदस्ती अथवा जुलूम न करता त्याने तिला सोडून दिली-हे गुजराती लोककथेचे कथानक! पण, लोककथा आणि गुजरातचा इतिहास यात फरक आढळतो. युद्धात पराजय पावलेल्या रजपूत राजांच्या बायका-

मुली नेऊन त्यांच्याशी लग्न लावण्याची विजयी सत्ताधीशांची प्रथा गुजरातचे सुलतानही निष्ठेने आणि जिद्दीने पाळीत. रजपुतांवर म्हणजेच हिंदूंवर मिळविलेल्या विजयाचे ते मानचिन्ह समजत. काही रजपूत राजे तर आपल्या मुली स्वखुशीने देऊन सुलतानांशी सोयरीक करीत. सारांश, हिंदू स्त्रिया अथवा मुली पळविणे, जिंकून आणणे आणि खुशीने अथवा जबरीने त्यांच्याशी लग्न लावणे हा प्रकार मध्ययुगीन गुजरातच्या इतिहासात अपवादात्मक नव्हता. उलट सत्ताधीश सुलतानाने राजघराण्यातील नव्हे, तर एक सामान्य स्त्रीला पळवून नेणे व ती वश होत नाही म्हणून तिच्यावर कसलीही जबरदस्ती न करता...तिला सोडून देणे, ही घटना अपवादात्मक होती; पण केवळ अपवादात्मक घटनेवर लोककथा होत नाही. घटनेत अथवा घटनेच्या मुळाशी कोणते तरी सृष्टिमान्य वळण अथवा वहिवाट अध्याहृत असल्याशिवाय... अत्यंत महत्त्वाची अपवादात्मक घटनासुद्धा लोककथेला महत्त्वाची वाटत नाही. सारांश, चंद्रगुजरी व गोदावरी यांच्या कथांत ऐतिहासिक साम्यापेक्षा जीवनविषयक व्यवहाराच्या आशयाचे असलेले सादृश्य महत्त्वाचे आहे. त्यामुळेच चंद्रगुजरीची लोककथा मराठी मुलखात येऊन आणि गोदावरीच्या कथेचे नवे संदर्भ आपल्या मूळ निष्ठेनुसार आत्मसात करून स्थिरावली असणे सहज शक्य वाटते. पंजाब, राजस्थान, छत्तीसगढ, आंध्र, बिहार, बंगाल या प्रांतांतील प्रादेशिक लोककथांचे वेगळे स्थानिक रूप-स्वरूप ध्यानात घेतले की या अनुमानाला दुजोरा मिळतो. प्रस्तुत लेखात गोदावरीच्या मराठी लोककथेच्या रूपाचाच विचार करावयाचा आहे.

***

गोदावरीची लोककथा ऐतिहासिक संभाजीशी संबंधित असल्याचे मानण्यात येते म्हणून संभाजीच्या चरित्राच्या अनुषंगाने तिचा मागोवा घेणे आवश्यक आहे. संभाजी हा मराठ्यांचा पहिला राजपुत्र! जवळजवळ तीनशे वर्षांच्या प्रदीर्घ कालावधीनंतर, मराठी राज्याला 'राजपुत्र' लाभला होता. त्या काळच्या श्रद्धासमजुती लक्षात घेता... समकालीन मराठी माणसाला राजपुत्रप्राप्तीचा आनंद आणि अभिमान पुत्रप्राप्तीच्या आनंदासारखाच अभिमानास्पद वाटणे स्वाभाविक आहे. यामुळेच रायगडच्या परिसरातील जनसामान्यांचे संभाजीवर अपत्यवत प्रेम असावे. संभाजी दोन वर्षांचा असताना त्याची आई सईबाई वारली आणि वयात येईपर्यंत आजीच्या म्हणजे जिजाबाईंच्या प्रेमळ छायेतच तो वाढला. राजपुत्राला योग्य अशी त्याच्या शिक्षणाची व्यवस्था शिवाजीनेच

केली होती. संभाजी लहान वयातच पोरका झाला होता. त्यामुळे आजीने त्याचे अधिक लाड केले असावेत असे त्याच्या मनस्वी वृत्तीवरून वाटते. वृत्तीने मनस्वी असला, तरी संभाजी बुद्धिमान होता. संस्कृत, फारसी, हिंदी या भाषांचे त्याला ज्ञान होते. त्यामुळे त्या काळाच्या मराठा सरदार, सरंजामदार, वतनदार यांच्या तुलनेने संभाजी अधिक सुविद्य, सुसंस्कृत होता. त्याचे व्यक्तिमत्त्वही देखणे होते, असे त्या काळच्या युरोपीय लोकांनीही नमूद करून ठेवले आहे. सन १६६७च्या सुमारास शिवाजी व मुघल यांच्यात झालेल्या राजकीय समझोत्यानुसार मुघलांचा सप्तहजारी मनसबदार म्हणून राजपुत्र संभाजी, निराजीपंत व प्रतापराव गुजर यांच्यासमवेत मराठी फौज घेऊन जेव्हा औरंगाबादला रुजू झाला, तेव्हा सैन्याच्या आघाडीवर घोड्यावर असलेल्या तरुण संभाजीचे देखणे रूप आणि रुबाब पाहून एका परदेशी निरीक्षकाने आपल्या डायरीत नोंद केली, "मराठा राजपुत्र मजबूत बांध्याचा आणि अतिशय रूपवान आहे. त्याचे देखणे व्यक्तिमत्त्वच सैनिकांना त्याच्याकडे आकर्षित करीत असावे." या वेळी संभाजी केवळ बारा वर्षांचा होता.

औरंगाबाद येथील वास्तव्यात, मुघलांच्या खासगी जीवनाशी संभाजीचा प्रथम परिचय झाला. मुघल सुभेदार राजपुत्र मुअज्जम याचे वास्तव्य औरंगाबादलाच होते. त्याच्या सहवासाने संभाजीला शिकारीचा नाद लागला असण्याची शक्यता आहे. पुढे ऐन तारुण्यात एक धाडसी शिकारी असा त्याचा लौकिक रायगडच्या परिसरात झाला असल्यास नवल नाही. औरंगाबादेहून परत आल्यावर राजपुत्र म्हणून शिवाजीने संभाजीवर आणखी राजकीय जबाबदाऱ्या टाकल्या. रायगडावर शिवाजीला भेटावयास येणाऱ्या परदेशी वकिलांना, शिवाजीच्या वतीने संभाजीच भेटत असे हे टॉमस निकल्स या इंग्रजी वकिलाच्या वृत्तावरून स्पष्ट होते. राजकारणाचा व राज्यकारभाराचा प्रत्यक्ष अनुभव संभाजीस यावा, हा शिवाजीचा उद्देश. संभाजीनेही त्याच्यावर सोपविण्यात आलेली राजकारणाची आणि राज्यकारभाराची कामे राजपुत्राच्या जबाबदारीनेच पार पाडली असे कागदपत्रांवरून कळते. सारांश, वयाच्या सतराव्या वर्षापर्यंत संभाजीच्या वर्तनाबद्दल समकालीन कागदोपत्री कोठेही अवाक्षर काढलेले आढळत नाही. या वेळपर्यंत संभाजीचे वास्तव्य रायगडावर अथवा पाचाडला आजीजवळ, म्हणजे रायगडच्या परिसरातच होते. साहजिकच रायगडच्या परिसरातील जनसामान्यांच्या मनावर एक देखणा, धाडसी,

शिकारी राजपुत्र अशी संभाजीची प्रतिमा ठसणे अपरिहार्य होते. सारांश, रायगडच्या परिसरातील जनसामान्यांना भावलेली संभाजीची प्रतिमा आणि समकालीन कागदोपत्रांतील संभाजीची अक्षरी प्रतिमा यांमध्ये संभाजीच्या सतराव्या वर्षापर्यंत तरी फारसा फरक आढळत नाही.

ऐतिहासिक कागदपत्रांतून आढळणाऱ्या कोणत्याही व्यक्तीच्या अथवा घटनेच्या अक्षरी तपशिलापेक्षा ग्रामीण जनसामान्यांच्या मनावर ठसलेल्या व्यक्तीच्या अथवा घटनेच्या प्रतिमेचे रूप, भाव आणि प्रभाव वेगळा असतो. महत्त्वाचे म्हणजे, तो केवळ दर्शनी नसतो, तर भावन-अनुसारी, भाववाचक असतो. त्यामुळे संबंधित व्यक्तीचे अथवा घटनेचे ग्रामीणांनी केलेले वर्णन अथवा चित्रण स्वभावतःच स्वैर आणि उत्कट होणे अपरिहार्य असते. शाहिरी वाङ्मयावरून हे स्पष्ट होऊ शकते. नागर वाचकांना मात्र हा उत्कटपणा अतिशयोक्त वाटतो. ग्रामीण दृष्टीने ती अतिशयोक्ती नसते. उलट ग्रामीण आविष्कार प्रक्रियेतील लवचीकपणामुळे संयमी, काटेकोर असण्यापेक्षा तो मुक्त असतो, संकोची असण्यापेक्षा तो उन्मेषी असतो; पण उन्मेषी, स्वैर असला तरी तो मनमानी नसतो. ग्रामीण जीवनव्यवहारातील श्रद्धा-निष्ठांनी तो नियत असतो. या श्रद्धानिष्ठांनीच ग्रामीण लोक व्यक्ती अथवा घटना यांकडे बघतात. त्यामुळे व्यक्ती आणि घटना यांचे त्यांना भावणारे रूप-स्वरूपच वेगळे होते.

हे ध्यानात घेऊन...प्रस्तुत लोककथा ऐतिहासिक संभाजीशी निगडित आहे, असे मानले तर रायगडच्या परिसरातील जनसामान्यांना तरुण संभाजीची एक धाडसी शिकारी ही प्रतिमाच भावणे स्वाभाविक होते; कारण तोच त्यांनी प्रत्यक्षात पाहिला होता. साहजिकच त्यांना भावणारी संभाजीची ही प्रतिमा, समकालीन कागदोपत्रांच्या अक्षरी प्रतिमेहून नुसती वेगळीच नव्हे तर स्वैर, मुक्त आणि उत्कट होणे अपरिहार्य आहे. ग्रामीण आई स्वतःला यशोदा समजते, मुलाला कृष्ण मानते आणि गावाचे गोकुळ करते. ‘‘यसवदेला कान्हा झालाय । झालाय कुनावानी । ...जवसाच्या फुलावानी ।।’’ किंवा ‘‘पिवळ्या पातळाला डाग पडला काजळाचा । कृष्ण कडेला जावळाचा ।।’’ संभाजीही ग्रामीणांच्या भावविश्वात पुराणातला राजपुत्र झाला असल्यास नवल नाही. तो केवळ इतिहासातील शिवाजीचा पुत्र राहत नाही तर ग्रामीणांनी ऐकलेल्या एखाद्या परिकथेतला राजपुत्रही होतो. आणि हा राजपुत्र वेगळाच असतो.

"तरुण, देखणा, धाडसी!...पोरपणाचा उंबरठा ओलांडून जवानीच्या अंगणात नुकताच उमेदीनं उतरलेला. ओठावर मिसरुडाची रेशमी रेघ कोरलेली. कोवळ्या दाढीचं काजळबोट हनुवटीला ओझरतं लागलेलं. अंगाला अत्तराचा घाम यावा असं वय. जिकडं पाहावं तिकडं माघ-फाल्गुनातलं धुंद शिवार फुललेलं... सुगंधाच्या मत्त दरवळात न्हालेल्या उमाळ्यांची चित्रविचित्र फुलं डहाळीडहाळीवर लगडलेली!... नजरेत जवानीच्या बेफिकीर जोशाची मादक नशा स्वार झालेली... आणि कमरेला ...अधिकाराच्या मखमली म्यानात धाडसाची बेमुरवत तरवार बांधलेली..."

हे अथवा अशासारखे वर्णन एक भावचित्र आहे, ग्रामीणांना भावलेल्या राजपुत्राचे आहे. ऐतिहासिक राजपुत्राच्या निमित्ताने ते करण्यात आले असले, ऐतिहासिक राजपुत्राशी या वर्णनातील राजपुत्राचे थोडेफार साम्यही आढळले तरी ते ऐतिहासिक राजपुत्राचे सही सही चित्र नाही. ऐतिहासिक व्यक्ती अथवा घटना याकडे लोकधाटी कोणत्या भावाने बघते, हे या उदाहरणावरून स्पष्ट व्हावे. इतिहास आणि लोककथा यांचे नाते किती जवळचे अथवा दूरचे असते हेही यावरून स्पष्ट व्हावे.

***

गोदावरीच्या लोककथेतला...ऐतिहासिक राजपुत्र संभाजी प्रस्तुत कथेला फक्त 'नावा'पुरताच भावलेला दिसतो. तिला खरा भावलेला संभाजी वेगळा आहे. तो राजपुत्र असला, तरी तो इतिहासातला राजपुत्र नाही. तो पुराणातला अथवा परिकथेतला राजपुत्र आहे. "बाळराजा माझा जसा, दशरथाचा राम ।" अशा ग्रामीण कवतुकाचा तो राजपुत्र आहे. ग्रामीणांच्या नित्य परिचयाचा, त्यांच्या 'राजियाचा' पुत्र आहे. वतनदार देशमुखाचा अथवा गावच्या पाटलाचा देखणा, तरणाबांड, धीट, धाडसी, ग्रामीण खानदानीचा राजबिंडा पुत्र आहे. या ग्रामीण राजबिंड्या पुत्राचा आणि कोणा ऐतिहासिक राजपुत्राचा तोंडावळा थोडाफार जुळत असल्यास तो लोकधाटी योगायोग समजला पाहिजे. असे योगायोग हे लोककथांचे एक वैशिष्ट्य असते.

मानवी जीवनातील स्वाभाविक प्रेरणांनुसार घडलेल्या घटनांवर लोककथा आधारित असतात, असे सकृतदर्शनी वाटले तरी या प्रेरणा केवळ मानवी नसतात तर निसर्गव्यवहाराच्या त्या मूळ प्रेरणा असतात. निसर्गाचे इतर व्यवहार पाहिले की हे स्पष्ट होऊ शकते. या घटना इतिहासप्रसिद्धही असू शकतात. प्रस्तुत लोककथेतील घटना एका इतिहासप्रसिद्ध व्यक्तीच्या जीवनात

घडली, असे समजण्यात येते. एवढ्यावरून ही लोककथा इतिहासावर आधारित आहे असे समजणे गैर आहे; कारण इतिहासाच्या कुबड्या घेऊन लोककथा कधीच चालत नाहीत. त्यांच्या मते, ऐतिहासिक वास्तव हे केवळ दर्शनी असण्याची शक्यता असते आणि दर्शनी तथाकथित वास्तवावर त्यांचा विश्वास नसतो. लोककथांचा भूगोलही वेगळा असतो. नकाशातला शालेय भूगोल तो नसतो. यामुळेच लोककथांतून तो सोयीनुसार फिरविला जातो. सारांश, नागर इतिहास आणि भूगोल याबद्दल ग्रामीण लोककथा उदासीनच असतात... दोन्हीही त्यांच्या दृष्टीने निरुपयोगी असतात म्हणून!

हे ध्यानात घेतल्यावर कोणत्याही लोककथेच्या संदर्भात इतिहासाचा मागोवा घेण्याचे प्रयोजन उरत नाही; पण गोदावरीच्या संदर्भात तो आवर्जून घ्यायला हवा; कारण कथेच्या नायकाचे नाव, त्याच्या पित्याचे नाव संभाजी-शिवाजी आहे म्हणून! संभाजी-शिवाजी या नावांना फक्त मराठ्यांच्या इतिहासापुरतेच महत्त्व नाही. मराठी साहित्यात, कलाविश्वात, किंबहुना लहान-थोरांच्या भावविश्वात त्यांना आदराचे, श्रद्धेचे, निष्ठेचे अनन्यसाधारण स्थान आहे म्हणून! संभाजीने रायगडाच्या परिसरातील एका विवाहित तरुण ब्राह्मण मुलीला पळवून नेले आणि ही मुलगी शेवटी सती गेली...या प्रस्तुत लोककथेच्या आधार-घटना आहेत. स्त्रीचे अपहरण ही घटना मानव समाजाच्या इतिहासात नवी नाही. प्राक्प्राचीन मानवाच्या उपलब्ध कथा, पोवाड्यांतूनही ती आढळते. किंबहुना, प्राचीन मानवाच्या काळात 'अपहरण' करूनच बायको मिळण्याची शक्यता असे...असेही काही प्राचीन कथांवरून जाणवते. आजही नवरदेवाची वरात अशा थाटात वाजतगाजत निघते की वधू त्याने जणू अपहरण करूनच आणली आहे. प्रस्तुत कथेतही एका स्त्रीचे अपहरण आहे... आणि ते एका इतिहासप्रसिद्ध व्यक्तीने केले असे समजण्यात येते; पण वधू म्हणून हे अपहरण करण्यात आले असे लोककथा सांगत नाही. ती फक्त अपहरण नमूद करते. हेतुपुरस्सर संदिग्धता अथवा मौन ही लोककथांची वैशिष्ट्ये असतात. ते त्यांचे कौशल्य तर असतेच; पण सामर्थ्यही असते. या दृष्टीने गोदावरीच्या अपहरणामागच्या, कथानायकाच्या हेतूबद्दल लोककथेने पाळलेले मौन सयुक्तिक तर आहेच; पण कथेचा आशय ध्यानात आल्यावर ते फार अर्थगर्भ आहे, हे स्पष्ट होते; पण या संदिग्धतेमुळेच प्रस्तुत लोककथा ऐतिहासिक संभाजीविषयी असल्याचा सर्वसाधारण समज होतो आणि ती ऐतिहासिक कथा मानण्यात येऊन

तिच्या समर्थनार्थ इतिहासातील संभाजीच्या चरित्रातले तथाकथित दाखलेही सादर करण्याचा प्रयत्न करण्यात येतो.

गोदावरीच्या लोककथेचा नायक ऐतिहासिक संभाजीच आहे असे संभाजीच्या तरुण वयातील उच्छृंखल वर्तनाचे समकालीन कागदपत्रांतून मिळणारे संदिग्ध दाखले देऊन प्रतिपादण्यात येते. संभाजीच्या तारुण्यसुलभ उच्छृंखल वर्तनाबद्दल काही ऐकीव कागाळ्या इंग्रजांच्या समकालीन पत्रव्यवहारातून आढळल्या, तरी संभाजीने कोणा स्त्रीचे अपहरण केल्याचा स्पष्ट निःसंदिग्ध पुरावा प्रस्तुत लोककथेशिवाय इतरत्र आढळत नाही. या कागाळ्यासुद्धा ऐकीव आहेत आणि मुदलीच विसंगत आहेत. संभाजीच्या तथाकथित गैरवर्तनाबद्दल प्रथम उल्लेख आढळतो १६७६च्या इंग्रजांच्या एका पत्रात -

"शिवाजीचे मृत्युस्थान, त्याचा रोग आणि पुरण्याची तऱ्हा आणि जागा अशा संपूर्ण तपशिलासह शिवाजीचा मृत्यू व और्ध्वदेहिक विधी यांबद्दल गेले कित्येक दिवस बातमी ऐकू येते. शिवाजीच्या एका मुख्य ब्राह्मणाच्या मुलीशी संभाजीने व्यभिचार केला. तिला भेटण्यासाठी रात्री गडाखाली जाण्याचे त्याने न सोडल्यास त्याचा कडेलोट करण्याचा हुकूम शिवाजीने दिल्याचे ऐकून संभाजीने त्याला विषप्रयोग केला असे कित्येक बोलतात. तो आजारी होता आणि त्याचा आजार मुख्यतः त्याच्या डोक्यातील भयंकर कळांमुळे होता (कारण त्याचा मेंदू बहुतेक कुजला होता), इतके आम्हाला खात्रीलायक माहीत आहे. डेपुटी प्रेसिडेंटच्या एका नोकराला सिद्दी संबूळकडून शिवाजी मेला असे कळले. दाभोळ, कल्याण, चौल वगैरे ठिकाणचे व्यापारी तसेच बोलतात; परंतु त्यावर फारसा विश्वास ठेवता येत नाही; कारण मोरोपंडित माहुलीखाली ससैन्य आहे. तो अद्याप तेथून हलला नाही."

या पत्रातील विसंगती उघड आहे. शिवाजीच्या मृत्यूची बातमी तर धादान्त खोटी आहे. सबब पत्र केवळ समकालीन आहे या कारणाकरिताच पत्रातील संभाजीच्या दुर्वर्तनाची ऐकीव बातमी विश्वासार्ह ठरत नाही.

मुघल सैन्याबरोबर दक्षिणेत आलेला इटालिअन डॉक्टर निकोलाओ मनुची आपल्या 'स्तोरिआ दो मोगोर' या ग्रंथात संभाजीच्या दुर्वर्तनाचा उल्लेख करतो... पण, तो शिवाजीच्या मृत्यूनंतर संभाजी 'राजा' झाल्यानंतरचा आहे. संभाजी युवराज असतानाचा नव्हे.

शिवाजीच्या अखेरच्या पत्रातील- "संभाजीराजे वडील पुत्र... जाणता

आहे; परंतु बुद्धी फटकळ आहे... अल्पबुद्धी आहे.'' या उद्गारावरून शेवटी शेवटी संभाजीबद्दल शिवाजीचे मत फारसे चांगले नव्हते एवढेच स्पष्ट होते. संभाजी मुघलांकडे जाऊन परत आल्यावरचे हे उद्गार आहेत. तेव्हा संभाजीच्या त्या वेळच्या राजकीय वाग्व्यवहाराबद्दल हे उद्गार आहेत. त्याच्या खासगी दुर्वर्तनाची सूचना त्यात नाही.

शिवकालीन सभासदाच्या बखरीतही संभाजीच्या दुर्वर्तनाचा उल्लेख नाही.

शिवकालोत्तर बखरी तर या बाबतीत मुळीच विश्वासार्ह नाहीत. काहींनी तर संभाजीला बदनाम करण्याचा वसाच घेतलेला दिसतो.

एकोणिसाव्या शतकात जुन्या कागदपत्रांवरून फारसी इतिहास लिहिणारा बसातीनुस्सतीनकार - ''संभाजी हा शिवाजीच्या शेरेनवीसाच्या मुलीवर लुब्ध होता'' असे नमूद करतो. हा शेरेनवीस म्हणजे शिवाजीचा अधिकारी अनाजी (अण्णाजी) दत्तो... शिवाजीचा सुरनीस! राज्याच्या हिशोबाचे कागद, सनदा वगैरे पाहून तपासून राज्याची दफ्तर व्यवस्था चोख ठेवणारा महत्त्वाचा अधिकारी. हा ब्राह्मण होता. बहुधा तो गडाखाली पाचाडला राहत असावा. याच्या मुलीवर संभाजी लुब्ध असेल तर त्या मुलीला भेटण्यासाठी रात्री गड उतरून तो जात असण्याची शक्यता आहे. ही भेट पूर्वसंकेतानुसारच होत असेल तर त्या मुलीला पळवून नेण्याचा प्रश्न येतोच कुठे?

कागदोपत्रीचे हे संदिग्ध उलटसुलट दाखले त्या वेळची संभाजीची मानसिक, प्राकृतिक अवस्था आणि त्या काळचे सामाजिक वाग्व्यवहाराचे स्वरूप ध्यानात घेऊनही तपासायला हवेत! जिजाबाई १६७४ साली शिवराज्याभिषेकानंतर वयाच्या ऐंशीव्या वर्षी वारली. लोककथेनुसारही गोदावरीच्या अपहरणाची घटना घडली त्या वेळी जिजाबाई हयात नव्हती. शिवाजी तर नेहमीच राजकारणाच्या निमित्ताने बाहेर असे. अपहरणाच्या वेळी तोही गडावर नसावा. जिजाबाईच्या मृत्यूनंतर १६७६ साली शिवाजी साताऱ्यास बरेच दिवस आजारी होता. या सुमारास शेरेनवीसाची मुलगी आणि संभाजी यांचे प्रेमप्रकरण घडले असल्याची शक्यता आहे.

जिजाबाईच्या मृत्यूने संभाजीचे प्रेमळ छत्र जसे नाहीसे झाले तसा तिचा धाकही नाहीसा झाला. शिवाजी एरवीही राजकारणाच्या निमित्ताने वर्षातील बरेच दिवस बाहेरच असे. अपहरणाच्या घटनेच्या वेळी तर तो दूर साताऱ्यास आजारी होता. म्हणजे या वेळी संभाजी कोणत्याही धाकापासून मुक्त होता.

या वेळी त्याचे वय अठरा-एकोणीस वर्षांचे होते. तो पूर्ण वयात आला होता. राजपुत्र या नात्याने तो राज्यकारभारातही प्रत्यक्ष भाग घेत होता. त्याला आवरण्याचा अथवा समजावण्याचा अधिकार व धैर्य त्याच्या सावत्र मातांना नव्हते, तसे ते शिवाजीच्या इतर अधिकाऱ्यांनाही नव्हते. अशा परिस्थितीत ऐन जवानीत आलेल्या आणि निरंकुश झालेल्या संभाजीच्या तारुण्यसुलभ अंतःप्रवृत्ती उफाळून येणे स्वाभाविक होते. कोणाही वयात आलेल्या तरुणाची शारीरिक आणि मानसिक स्थिती या वयात उच्छृंखलच होते. एरवी तो तरुण अपवादात्मक समजला पाहिजे! संभाजीसारख्या मनस्वी तरुणाची स्थिती तशी झाली असल्यास नवल नाही. तो राजपुत्र होता, शिवाजीसारख्या शिस्तप्रिय बापाचा मुलगा होता हे खरे ...पण, त्यामुळे तारुण्यातल्या नैसर्गिक प्रवृत्तींना आळा बसत नाही. प्रकृतिधर्मानुसार त्या उधाणत असतात आणि संधी मिळेल तेव्हा बेगुमान प्रकटही होतात. तरुण संभाजीचे असेच झाले ...म्हणून एका मुलीचा ध्यास त्याने घेतला असल्यास नवल नाही. इंग्रजांच्या पत्रातील- "रात्री कोणा मुलीला भेटावया गडाखाली उतरणाऱ्या संभाजीचा कडेलोट करावा." हे शिवाजीने आपल्या अधिकाऱ्यास दिलेले तथाकथित फर्मान, शिवाजीचे परस्त्रीविषयक कडक धोरण मनात आणून इंग्रज पत्रलेखकाने ठोकून दिलेली मनमानी थाप वाटावी, एवढे विपर्यस्त आहे! फितुरी आणि स्त्रियांशी बदअंमल याबाबतीत शिवाजीचे धोरण अत्यंत कडक असे, हे मान्य करूनही विपर्यस्त, अवास्तव वाटते; कारण संभाजी मुघलांकडे जाऊन परत आल्यावर, त्याच्याशी वागताना शिवाजीने जो समजूतदारपणा दाखविला, तो ध्यानात घेता, संभाजी केवळ कोणा मुलीस भेटावयास रात्री गडाखाली जातो म्हणून गडाच्या अधिकाऱ्यांनी परस्पर त्याचा कडेलोट करावा असा हुकूम स्वतः शिवाजीने दिला असेल हे शक्य वाटत नाही. फितुरी आणि बदअंमल हे दोन्हीही प्रकार त्या काळात अपवादात्मक होते असे नाही. किंबहुना, या दोन्ही बाबतीत शिवाजी कठोरपणाने वागत होता. यावरूनच ते अपवादात्मक नव्हते हे स्पष्ट होते.

त्या काळच्या मराठा आणि मराठी समाजाचे एकंदर राजकीय आणि सामाजिक वाग्व्यवहार बघता... तरुण संभाजीचे तथाकथित गैरवर्तन आज समजण्यात येते तेवढे त्या काळी गैर समजण्यात येत नसावे. इतिहासकारही हे आज मान्य करतात. शिवाजीच्या तुलनेने संभाजीचे वर्तन आज वेगळे

आणि विरुद्ध वाटते हे खरे; पण बाप-लेकांच्या वर्तनाची ही तुलनाच अयोग्य आहे. सारांश, ऐतिहासिक संभाजीने एका मुलीचे अपहरण केले या घटनेला समकालीन कागदोपत्री स्पष्ट, विश्वसनीय पुरावा नसताना...त्याच्या तारुण्यसुलभ तथाकथित उच्छृंखल वर्तनाचे केवळ ऐकीव दाखले देऊन, संभाजीने प्रत्यक्षात अपहरण केले असे समजणे गैर आहे. प्रस्तुत लोककथेचा आधार देऊन समजणे तर संभाजीला बदनाम करणारे आहे, लोककथेला अन्याय करणारे आहे.

याला कारण मूळ लोककथेने 'संभाजी'बद्दल ठेवलेली संदिग्धता हे असावे. लोककथा स्वभावतःच लवचीक असतात. त्या प्रवाही असतात आणि प्रवासीही असतात. यामुळेच स्थानपरत्वे वेगवेगळ्या कालखंडात त्यांना वेषांतर करावे लागते. आपल्या निष्ठा कायम ठेवून देश तसा वेश करणे हा लोककथांचा प्रकृतिधर्मच असतो. परिणामी, प्रत्यही कराव्या लावणाऱ्या वेशांतरामुळे संदिग्धता हा त्यांचा स्वभावधर्म होतो. किंबहुना, मूळ निष्ठा जपण्यासाठीच लोककथेला संदिग्ध ठेवणे आवश्यक असते; कारण संदिग्धतेमुळेच ती प्रवाही आणि प्रवासी राहू शकते. सारांश, संदिग्धता हे लोककथेचे कौशल्य असते तसे सामर्थ्यही ठरते.

हे ध्यानात घेतले की गोदावरीच्या मूळ कथेतील 'संभाजी' म्हणजे नेमका कोण, अशी शंका येते. धनगराने सांगितलेल्या कथेत तो शिवाजीराजाचा मुलगा राजपुत्र संभाजी आहे हे उघड आहे. शिवपुत्र संभाजी हा मराठ्यांचा पहिला राजपुत्र मानण्यात येतो हे खरे; पण शिवकाळापूर्वी महाराष्ट्रात मराठी राजे आणि राजपुत्र नव्हतेच असे समजणे गैर ठरेल. राजियाचा पुत्र...म्हणजे राजपुत्र हा शब्दप्रयोग शिवपूर्वकाळापासून प्रचारात असावा असे 'राजे' या शिवकालीन किताबावरून वाटते. सभासदाच्या शिवकालीन बखरीत तर तो अनेकदा आढळतो. शिवाजी हा मराठी राज्याचा पहिला अभिषिक्त 'राजा' असला, तरी 'राजे' हा किताब शिवकालपूर्व आहे, असे मालोजी राजे, कान्होजी राजे, जावळीचे राजे चंद्रराव मोरे यांच्या उदाहरणावरून स्पष्ट होते. शिवाजीलासुद्धा 'राजे' हा किताब राज्याभिषेकापूर्वीच मुघल बादशहाकडून देण्यात आला होता. 'राजे' म्हणजे स्थानिक सत्ताधीश! 'देशक' सत्तेचा प्रमुख!! कारीचे कान्होजी जेधे मावळ प्रांतात राजे म्हणूनच ओळखले जात. उघडपणे ते स्वतःला स्वतंत्र म्हणवून घेत नसले, तरी त्यांच्या वतनातल्या प्रदेशात त्यांचा वाग्व्यवहार एखाद्या स्वतंत्र राजाप्रमाणे

- सिंहासन, छत्र, मोरचेल अशा थाटात पेशवे, प्रधान, सेनापती असे राज्याधिकारी पदरी बाळगून, अगदी सहीशिक्क्यानिशी राजे म्हणून होत असे. जावळीचे चंद्रराव मोरे तर- "आम्ही कोकणचे राजे असून श्री. महाबळेश्वर यांचे कृपेने राज्य करतो. आम्हांस श्रींचे कृपेने पादशहाने, राजे हा किताब, मोरचेल, सिंहासन मेहेरबान होऊन दिधले," असे अभिमानाने म्हणत. फलटणच्या वणगोजी निंबाळकरासारखा 'पुंड' वतनदार राजा, आदिलशाहीच्या एक-दोन नव्हे तर बारा वजिरांशी सतत भांडला. 'राजा वणंगपाळ, बारा वजिरांचा काळ' अशी म्हणच नंतर प्रचलित झाली. सारांश, 'राजे' हा किताब सत्ताधीशाचा निदर्शक होता आणि तो शिवकाळाच्या पूर्वीही जनसामान्यांना परिचित होता.

देशक सत्तेचे हे वतनदार राजे आपल्या वतनी मुलखात किती अनिर्बंध असत... प्रसंगी, शेजारच्या वतनातूनही कसा धुमाकूळ घालीत. तशीच वेळ आली तर निजामशाही, आदिलशाही या मातब्बर सत्तांच्या अधिकाऱ्यांवरही कसा हात उगारीत, हे कृष्णाजी नाईक बांदल या हिरडस मावळातील पुंड देशमुखाच्या उदाहरणावरून कळते. 'राजे' म्हणवून घेणाऱ्या वतनदार देशमुखांची सत्ताच तशी जबरदस्त होती! म्हणूनच- "मावळ प्रांती तुम्ही वतनदार जबरदस्त आहात," असे शहाजीराजे, कान्होजी जेध्यांना-जेधे करीन्यात-गौरवताना आढळतात. 'स्वल्पच परंतु स्वतंत्र देशनायक' असे आज्ञापत्रकार रामचंद्रपंत अमात्य त्यांचे वर्णन करतात. मुऱ्हा मावळातील देशमुखांचे करीने, कैफियती, याद्या वाचल्या तर हे अधिक स्पष्ट होऊ शकते.

या 'राजियांच्या' मुलांनी... म्हणजे सत्ताधीशांच्या वंशजांनी स्वतःच्या वतनात अथवा इतरत्र काही दंगा-दांडगाई केली, कोणाची कुरापत काढली...अभिलाषेने एखाद्या स्त्रीचे, तरुण मुलीचे अपहरण केले...तर त्यांना जाब कोण विचारणार?... आणि शासन तरी कोण करणार? त्या काळी सामान्य जनांना हे प्रश्न नेहमीच भेडसावत असत. नेमका हाच प्रश्न त्या काळातले तुकारामही विचारतात- "राजियाचा पुत्र अपराधी देखा । तो काय आणिका दंडवेल ॥" १६४९ साली तुकाराम वैकुंठवासी झाले. शिवाजीच त्या वेळी एकोणीस वर्षांचा होता. राजपुत्र संभाजीचा तर जन्मही झाला नव्हता. सबब तुकारामांना अभिप्रेत असलेला 'राजियाचा पुत्र' वेगळा होता, मुऱ्हा मावळातल्या राजियाचा पुत्र होता हे उघड आहे. म्हणजे

राजियाच्या तरुण पुत्राची 'आगळीक' मराठी सामान्य जनतेला शिवकाळापूर्वीपासून परिचित होती हे स्पष्ट होते.

शिवाय संभाजी हे नावही केवळ शिवकालीन नाही. तर ते शिवकाळापूर्वीही प्रचारात होते. प्रस्तुत लोककथेच्या संदर्भात ते, मुऱ्हा मावळातील अथवा रायगडच्या परिसरातील एखाद्या वतनदार राजियाच्या पुत्राचेही असू शकते. त्यावरून वाटते गोदावरीला पळविणाऱ्या कोणा संभाजीची कथा, शिवकाळापूर्वी, मुऱ्हा मावळात किंवा रायगडच्या परिसरात प्रचलित असलेली जुनी लोककथा असण्याचीही शक्यता आहे. शिवकालानंतर ही जुनी कथा शिवकालीन संदर्भ घेऊन... पुन्हा प्रवाहित झाली असावी, असे लोककथांचा वाग्व्यवहार बघता जाणवते.

लोककथांचे वैशिष्ट्य हे की आपल्या श्रद्धा-निष्ठा जपण्याकरिता त्या नवे नवे संदर्भ शोधून सतत प्रवाही राहण्याचा प्रयत्न करीत असतात; कारण त्यांच्या श्रद्धा-निष्ठा विशिष्ट भूभागाशी, प्रांताशी अथवा देशाशी निगडित नसतात तर चराचर सृष्टीच्या जीवनाशी निगडित असतात. सृष्टिजीवनाची मूल्ये जपणे हीच लोककथांची श्रद्धा आणि निष्ठा असते. ही मूल्ये सार्वत्रिक असल्यामुळे देशांतर केल्याने लोककथांच्या श्रद्धा-निष्ठांत बदल होत नाही. याच न्यायाने गोदावरीच्या जुन्या कथेने नवे शिवकालीन संदर्भ घेतलेले आढळले तरी तिच्या मूळ श्रद्धा-निष्ठा बदललेल्या आढळत नाहीत. शिवकालीन ऐतिहासिक नावे घेतली म्हणून शिवकालीन इतिहासाचे जसे तिला सोयरसुतक नाही... तसे परिसर बदलला म्हणून त्याचे भौगोलिक भानही ती ठेवीत नाही. सूक्ष्म विचार केला तर प्रस्तुत गोदावरीच्या कथेने, आपल्या नव्या शिवकालीन रूपस्वरूपात आणि वेगळ्या थाट-घाटातही आपल्या श्रद्धा-निष्ठांना ढळ लागू दिल्याचे आढळत नाही. शिवाजी, संभाजी या व्यक्ती एरवी कितीही इतिहासप्रसिद्ध असल्या, तरी प्रस्तुत लोककथेत त्या लोककथेच्या श्रद्धा-निष्ठांनुसारच वागताना दिसतात. म्हणूनच लोककथा स्पष्ट सांगते- "राजियाचा पुत्र संभाजीने गोदावरीला पळविली."

याचे कारण हे की, लोककथा शिवकालातली असो, शिवकालापूर्वीची असो अथवा त्या पूर्वीच्याही काळातली असो...एखाद्या तरुणाने तरुण स्त्री अथवा मुलगी पळवावी हे लोककथेच्या दृष्टीने गर्ह्य ठरत नाही, मग पळविणारा राजपुत्र असो अथवा सामान्य तरुण असो. उलट ते तारुण्याच्या प्रकृतिधर्मानुसारच आहे असे ती मानते. म्हणूनच या लोककथेतील संभाजीच्या

वर्तनाबद्दल कथेत कसलाही आकस सूचित नाही. याचा अर्थ, संभाजीच्या वांडपणाला लोककथेची संमती होती असा नव्हे. तशी संमती कोणत्याच समाजात नसते; पण तारुण्यातल्या प्रकृतिसुलभ अवखळ वागणुकीकडे दुर्लक्ष करण्याचा अथवा तो समजून घेण्याची समंजस क्षमता लोककथेत असते इतकेच! लोककथेच्या ग्रामीण समाजात हा समंजसपणा व क्षमता नेहमीच आढळून येतात. म्हाताऱ्या धनगराने कथा सांगताना संभाजीच्या वागणुकीबद्दल नाराजी व्यक्त केली नाही याचे कारण हेच असावे. वयात आलेल्या तरुण मुलांचे आडदांड वागणे-प्रसंगी त्यांचे उतणे मातणे... त्याने स्वतः अनुभवले असावे. गावोगावच्या पाटील-देशमुखांच्या तरुण मुलांचे अवखळ वर्तन त्याने प्रत्यक्ष पाहिले-ऐकलेही असावे! पण, ते समजून घेण्याइतका तो समंजस होता. त्याच्या समजुतीप्रमाणे तरुण संभाजीचे वर्तन गैर नव्हते. किंबहुना, मनातून ते त्याला पसंतही असावे. कदाचित, त्यांची स्वतःची एखादी कोवळी आठवण फुलवून त्याला ते दिलासाही देत असावे!

***

लोककथेच्या दृष्टीने तरुण संभाजीने गोदावरीला पळवून नेणे हे महत्त्वाचे नाही. पळवून नेल्यावर संभाजी तिच्याशी कसा वागला हे महत्त्वाचे आहे. धनगराने सांगितले- "तो आपले खानदान विसरला नाही." म्हणजे गोदावरीशी तो खानदानी सभ्यतेने वागला, त्याने तिच्यावर कसली जुलूम - जबरदस्ती केली नाही. या कथेच्या एका ऐकीव प्रतीत याबद्दलचा तपशील नव्हता. संभाजीने गोदावरीला पळविली आणि शिवाजीने नंतर तिची सुटका केली एवढेच तिने सांगितले; पण धनगराने आपल्या कथाकथनात ही उणीव भरून काढली. त्याने बजावून सांगितले होते, "संभाजी आपले खानदान विसरला नाही." राना-शिवारातून भटकणाऱ्या धनगराच्या 'खानदान' या शब्दाचा नेमका आशय काय असावा? चंद्रगुजरीच्या गुजराती कथेतही, गुजरीला पळवून नेणारा सुलतान बे-गडा महंमद तिच्याशी भलेपणाने वागला आहे. म्हणजे त्याने गुजरीवर कसलीही जबरदस्ती केली नाही. यावरून धनगराच्या 'खानदान' या शब्दाचा अर्थ, समजुतीचा संयमाचा वाग्व्यवहार असा होऊ शकतो. नागरलोक या वागणुकीला...सभ्यपणाची, उच्च कुळीची वागणूक समजतात; पण लोकधाटी समजुतीनुसार 'खानदान'

फक्त उच्च कुळापुरतेच मर्यादित असते असे दिसत नाही. उलट ते निसर्गदत्त असते म्हणून निसर्गाच्या सर्व घटकांना ते जन्मतःच प्राप्त होत असते. म्हणूनच निसर्गाचे लहानथोर सारे घटक याच खानदानी समजूतदारपणाने परस्परांशी वागताना आढळतात. निसर्गाचाच एक घटक म्हणून मानवाकडूनही ही वागणूक अपेक्षित असते.

निसर्गाच्या प्रत्येक निर्मितीला जसे सौष्ठवाचे अंगभूत परिमाण असते तसेच निसर्गनिर्मितीने सर्व घटकांच्या वाग्व्यवहाराला सहयोगाचे, समजूतदारपणाचे वळण स्वभावतःच असते. कारण निसर्गाच्या घटनांची घडण, शक्ती आणि गती यांच्या सहयोगातून होत असल्यामुळे घटकांच्या वाग्व्यवहाराला सहयोगाचे व समजूतदारपणाचे वळण मिळणे केवळ स्वाभाविकच नव्हे तर अपरिहार्यही असते. केवळ शक्ती अथवा केवळ गती ह्या निर्मितीक्षम नसतात. उलट शक्ती आणि गती यांच्या सहयोगांमुळेच कोणतीही निर्मिती होणे शक्य होते. केवळ बलदंड शक्ती अथवा मनमानी गती यांना निसर्गात स्थान नाही. क्वचित केवळ बलदंड शक्ती अथवा गती...विशिष्ट परिस्थितीत प्रभावी ठरताना दिसल्या तरी... दीर्घकाळ.. अथवा कायम, त्या बलदंड अथवा मनमानी राहू शकत नाहीत. या बंडखोर, निसर्गदुष्ट शक्तींना निसर्गाच्याच संयत वाग्व्यवहारासमोर यथावकाश नमावे लागतेच! काही समजतात तसा निसर्ग निर्घृण नसतो! निसर्गातील कमी शक्तीच्या घटकांच्या तुलनेने तो अधिक शक्तिमान ठरतो इतकेच! निसर्ग बेपर्वाही नसतो. निसर्ग दुष्ट, उद्दाम शक्तीची तो पर्वा करीत नाही हे खरे...पण निसर्गमान्य व्यवहारानुसार वागणाऱ्या सृष्टिनिर्मितीच्या लहान मोठ्या प्रत्येक घटकाबद्दल त्याला आस्था असते हेही तेवढेच खरे. सारांश, निसर्गाची काही निर्मिती सहयोगभावाने होत असल्यामुळे...सर्व निसर्गनिर्मित घटकांच्या वाग्व्यवहाराचा स्थायीभाव 'सहयोग' हाच असतो. या सहयोग भावामुळेच वाग्व्यवहाराला क्रीडेचे वळण मिळते. परिणामी निसर्गाच्या घटकांचा प्रत्येक व्यवहार, मग तो व्यक्तिगत असो, परस्पर असो अथवा सामूहिक असो, सहयोग-भावाने केलेली क्रीडा ठरते.

खानदानीचे वागणे म्हणजे निसर्गमान्य सहयोग भावाचा क्रीडायुक्त व्यवहारच असतो! निसर्गाच्या सर्व घटकांना निसर्गाकडून मिळणारी ती देण असते. फक्त मानव वंशातील उच्च कुळांचीच ती मिरास नसते. मिरासच म्हणायचे असेल तर, सृष्टीचा एक घटक म्हणून...लहान थोर,

प्रत्येक मानवाला निसर्गाने दिलेली ती जन्मसिद्ध मिरास असते! म्हणून लोककथेतील संभाजीने, गोदावरीशी भलेपणाने वागण्याच्या मुळाशी...त्याची उच्चकुळीची तथाकथित खानदानी नाही, तर निसर्गदत्त सहयोग भावाचा संयमी क्रीडाव्यवहार आहे. निसर्गातील नर-मादी, स्त्री-पुरुष यांच्या परस्परसंबंधात केवळ सृजनाच्याच नव्हे तर सौहार्दाच्या निर्मितीसही आवश्यक असलेला निसर्गमान्य क्रीडाव्यवहार अध्याहृत असतोच. त्याकरिता विशिष्ट कुळातच जन्म घेण्याची आवश्यकता नाही. सहयोगाच्या, सौहार्दाच्या क्रीडाभावाने वागणारा कोणीही मग तो पशू असो, पक्षी असो अथवा मानव असो...उत्तम खानदानीचा ठरू शकतो! लोककथेतील संभाजी असाच खानदानीने वागला आहे. किंबहुना, त्याने असेच वागले पाहिजे...नव्हे, तो तसाच वागणार याबद्दल लोककथेची खात्री असल्यामुळेच ती निःशंकपणाने सांगते- ''संभाजीने गोदावरीला पळविली.''

***

केवळ एखादी स्त्री पळविल्याने लोककथा घडविली जात नाही. ती घटना फार तर एक किस्सा होईल. लोककथेचे परिमाण आणि दर्जा तिला मिळणार नाही. गोदावरीला पळविणारा लोककथेतील संभाजी हा पहिलाच आणि एकमेव मुलगी पळविणारा नव्हता. त्या आधीही मुली पळविल्या जात होत्या. त्यानंतरही पळविल्या गेल्या आहेत आणि अजूनही पळविल्या जात आहेतच; पण या साऱ्यांच्या 'लोककथा' होणार नाहीत. उत्तर पेशवाईत राघोबादादानेही तो सुरतेस असताना एका नागर ब्राह्मणाची देखणी मुलगी पळविली होती; पण या घटनेची लोककथा झाली नाही. उलट हे प्रकरण राघोबाच्या अंगाशीच आले. सारांश, संभाजीने एक मुलगी पळविली या कारणावरूनच लोककथा झाली नाही, किंबहुना, एवढ्या तातडीने लोककथा निर्माण होत नाहीत. एखादी घटना, घटनेशी संबंधित व्यक्ती, मूलभूत जीवनमूल्यांच्या संदर्भात, जनसामान्यांच्या मनात यथावकाश रुजल्या...आणि ग्रामीण श्रद्धा-निष्ठांच्या ओलिताने त्या अंकुरल्या तरच लोककथेचा वेल लोकधाटीच्या मांडवावर चढतो आणि पालवतो. या मशागतीला अनेक पावसाळे लोटावे लागतात! लोककथा हंगामी पिकासारखी नसते. म्हणूनच ती पोवाड्यासारखी उत्स्फूर्त आणि प्रासंगिक नसते. सर्वसाधारण फुलासारखी ती नेमाने, नित्य फुलणारीही नसते. उपमाच द्यायची तर ती उंबराच्या फुलासारखी असते...क्वचित कधी, सटी सहामासी फुलणारे ते फूल असते.

प्रस्तुत लोककथा इतिहासातील संभाजीशी निगडित आहे असे धरून चालले, तरी...शिवाजी-संभाजीच्या राजवटीत ती लगेच आकारास येणे- लोककथेची संथ घडण-प्रक्रिया लक्षात घेता शक्य वाटत नाही. एखाद्या सामान्य अथवा ऐतिहासिक व्यक्तीचे अथवा घटनेचे, ग्रामीण जीवनमूल्यांच्या, किंबहुना, मानवी मूल्यांच्या श्रद्धा-निष्ठांच्या संदर्भात असलेले वेगळेपण जनसामान्यांच्या भावजीवनात ठसले आणि खोल रुजले तरच त्या सामान्य अथवा ऐतिहासिक व्यक्तीचे अथवा घटनेचे भावदर्शन घडविणारी लोककथा यथावकाश आकारास येते; पण हे दर्शन भावलेल्या व्यक्तीचे अथवा घटनेचे वास्तव चित्रण नसते. तर ती व्यक्ती अथवा घटना यांच्या निमित्ताने, ग्रामीणांना भावणाऱ्या जीवनमूल्यांचे त्यांच्या श्रद्धा-निष्ठांतून घडणारे ते भावचित्रण असते, हे ध्यानात घेऊन प्रस्तुत लोककथेचा मागोवा घेतला तर लोककथेच्या धारणेनुसार संभाजी या ऐतिहासिक व्यक्तिमत्त्वाचा नेमका कोणता पैलू तिला भावला असण्याची शक्यता आहे याचा अंदाज घ्यायला हवा.

***

ऐतिहासिक संभाजीचे व्यक्तिमत्त्व बहुढंगी आहे, तसेच ते बहुरूपीही आहे. त्याच्या प्रत्येक रूपाला वेगळेपणाचे लक्षणीय वलय आहे. मराठ्यांचा देखणा राजपुत्र, उग्र प्रकृती पण रसिक राजा...एकाच वेळी अनेक आघाड्यांवर लढणारा धाडसी बेदरकार योद्धा...औरंगजेबाने केलेला निर्दय, निर्घृण वध असामान्य धैर्याने सोसणारा 'शहीद' ..वगैरे वगैरे! संभाजीच्या व्यक्तिमत्त्वाची ही सारीच रूपे, आपआपल्या परीने चित्तवेधक आहेत. यामुळेच त्यांवर करीने, कैफियती लिहिल्या गेल्या असण्याची शक्यता आहे; पण आज ते उपलब्ध नाहीत. बखरी मात्र उपलब्ध आहेत. आधुनिक काळातही या रूपांचे आकर्षण तेवढेच असल्याचे दिसून येते. संभाजी या विषयावर अनेक कविता, दीर्घकाव्ये, प्रबंध, कादंबऱ्या, एकांकिका, नाटके, चित्रपट निघाले आहेत. एखाद्या व्यक्तीचे अथवा घटनेचे वेगळेपण, जीवनमूल्यांच्या आणि ग्रामीण श्रद्धा-निष्ठांच्या संदर्भात जनसामान्यांच्या भावजीवनात ठसले आणि खोलवर रुजले तरच त्या व्यक्तीचे अथवा घटनेचे भावदर्शन घडविणारी लोककथा यथावकाश आकारास येते. हे दर्शन, भावलेल्या व्यक्तीचे अथवा घटनेचे वास्तव चित्रण नसते. तर ती व्यक्ती अथवा घटना यांच्या निमित्ताने, ग्रामीणांना भावणाऱ्या जीवनमूल्यांचे, या मूल्यांबद्दलच्या त्यांच्या श्रद्धा-

निष्ठांचे ते भावदर्शन असते. हे ध्यानात ठेवून प्रस्तुत लोककथेचा मागोवा घेतला तर लोककथेच्या धारणेनुसार 'संभाजी' या ऐतिहासिक व्यक्तिमत्त्वाचा नेमका कोणता पैलू तिला भावला असण्याची शक्यता आहे याचा अंदाज घेणे उद्‌बोधक ठरावे. तरीही प्रश्न पडतो, या संभाजीच्या अनेक रूपांपैकी एकाही रूपाचे प्रतिबिंब लोककथेच्या ग्रामीण आरशात का उमटू नये? शिवकालापासून आजपर्यंत जर, शाहिरांना, कलावंतांना, शास्त्री-पंडितांना, साहित्यिकांना, नाटक-चित्रपटवाल्यांना संभाजीच्या विविध रूपांनी नेहमीच भुरळ घातली आहे, तर एकाही लोककथेला अशी भुरळ का पडू नये? संभाजीच्या क्रूर वधाने सारा महाराष्ट्र ज्या त्वेषाने पेटून उठला...एक-दोन नव्हे तर सतत वीस वर्षे ज्या जिद्दीने मराठी माणसाने प्रतिकाराच्या भीषण वणव्याचा धगाटा धगधगत ठेवला...त्या अपूर्व अग्निदिव्यात समकालीन पोवाडे, करीने, कैफियती भस्मसात झाल्या असण्याची शक्यता नाकारता येत नाही; पण त्यांबरोबर लोककथाही भस्मसात झाल्या असे समजणे गैर होईल. आगीत भस्म होण्याएवढ्या लोककथा पार्थिव नसतात. विस्मृत होण्याएवढ्या त्या प्रासंगिकही नसतात. त्या जळत नाहीत, जाळताही येत नाहीत. शस्त्राने त्या तोडता येत नाहीत; पाण्यात बुडविताही येत नाहीत. त्या विस्मृतही कधी होत नाहीत. उलट भोवताली कितीही उत्पात घडले, राज्यक्रांत्या झाल्या, तरी जनसामान्यांच्या मनीमानसी त्या एखाद्या ठाणवईसारख्या अक्षय तेवत असतात.

याचा अर्थ, लोककथा भोवतालच्या ऐहिक जगाबद्दल उदासीन असतात असा नव्हे. उलट, त्या खऱ्या अर्थाने इहवादी असतात. ऐहिक जीवनाची निसर्गप्रणीत मूल्ये, धारणा, निष्ठा...कोणा अनामिक श्रद्धेने जपणाऱ्या असतात. म्हणूनच त्या पोवाड्यासारख्या उत्स्फूर्त, प्रासंगिक नसतात. कविता, कवनासारख्या भावविवशही नसतात, किंबहुना, कोणत्याही क्षणिक भावविवशतेपासून, गहिवरांपासून... केवळ सेंद्रिय सुख-दुःखापासून त्या अलिप्त असतात. यामुळेच वाटते पोवाडे, बखरी, काव्ये, नाटके, कादंबऱ्या यांना भुरळ पाडणारी इतिहासप्रसिद्ध रूपे... लोककथेला भुलवू शकली नसावीत. ऐतिहासिक संभाजीचे अल्पायुषी जीवन 'कोलाहली' होते, या जीवनाचे एकच रूप लोककथेला भावणे शक्य होते. ते म्हणजे. 'तरुण संभाजी'चे. प्रस्तुत लोककथा इतिहासातील संभाजीशी संबंधित आहे असे मानले तर तिने आपल्या धारणेनुसार, म्हणजे मानवी जीवनमूल्यांच्या

संदर्भात, स्वतःच्या श्रद्धा, निष्ठांना महत्त्वाचे वाटले तेच तरुण संभाजीचे 'भावरूप' कथेच्या लोकधाटी आरशात... निर्भीडपणाने तरीही संयमाने आणि सूचकतेने प्रतिबिंबित केले आहे.

संभाजीने गोदावरीला पळविल्यावर तो तिच्याशी कसा वागला? "तो आपले खानदान विसरला नाही." हे धनगराचे शब्द आठवले तर लोककथेला ऐतिहासिक संभाजीच्या बहुरूपी व्यक्तिमत्त्वात काय महत्त्वाचे वाटले असावे याची कल्पना येऊ शकते. संभाजीचे गोदावरीशी खानदानीने वागणे, म्हणजे सभ्यपणाने वागणे, हेच लोकधाटी कथेच्या जीवनमूल्यांच्या निष्ठेनुसार महत्त्वाचे होते. संभाजी इतिहासात 'उग्र प्रकृती' म्हणून भलेही प्रसिद्ध असला तरी मनुष्य स्वभावातील 'उग्रपणा' लोककथेला अपरिचित नव्हता. संभाजीसारखे अनेक उग्र दांडगे तिने मुऱ्हा-मावळात व रायगडच्या परिसरात प्रत्यक्ष पाहिले होते. खून, मारामाऱ्या, जाळपोळ, धाडी, दरोडे हे प्रकार तर तिच्या नित्य परिचयाचे होते. शत्रूच्या मुला-माणसांचे खून पाडणे, त्यांच्या कुटुंबीयांना देशोधडीला लावणे, कुटुंबातील सारी मुले - माणसे मारून निर्वंश करणे, त्यांची घरे-दारे मोडून त्यांचे वासे काढून एकत्र जाळणे... अशा पराकोटीचे उग्र-भीषण शत्रुत्व तिला अपरिचित तर नव्हतेच, उलट नित्याच्या अनुभवाने अंगवळणी पडले होते. योद्धा संभाजीबद्दलही तिला विशेष कौतुक नव्हते. 'रात्रंदिन आम्हा युद्धाचा प्रसंग' हाच तिचाही अनुभव होता! आणि धैर्याने मृत्यू कवटाळणारा संभाजी तर तिच्या नित्य परिचयाचा होता. तिच्या भोवतालच्या परिसरातले जीवन त्या काळी एवढे अनिश्चित होते की प्रत्येक माणूस एक पाय मृत्यूच्या दारात ठेवूनच जगत होता. सारांश, संभाजीच्या 'ऐतिहासिक' चरित्रात लोककथेला रस नव्हता. उलट निसर्गमान्य स्त्री-पुरुष संबंधात संभाजी गोदावरीशी कसा वागला, अथवा वागायला हवा, हे सांगणे तिच्या दृष्टीने महत्त्वाचे होते.

एखाद्या तरुणाने मुलगी पळविणे यात लोककथेच्या दृष्टीने निसर्गाविरुद्ध काही नव्हते. पळविणारा राजपुत्र असो अथवा सामान्य तरुण असो, त्याचा धर्म, वर्ण, वंश कोणताही असो... पळवून आणलेल्या मुलीशी त्याचा वाग्व्यवहार माणूस म्हणून कसा असतो हे महत्त्वाचे! कारण, या वाग्व्यवहारात सामाजिक शिष्टाचारांचा नाटकी औपचारिकपणा अथवा उच्च कुळीचे तथाकथित सुसंस्कृत वळण, यापेक्षा मानवासकट निसर्गातल्या साऱ्या घटकांच्या परस्पर सौहार्दाची...नर-मादी, स्त्री-पुरुष यांच्या सहयोगी क्रीडेची, म्हणजेच सृष्टीच्या

सहयोगी क्रीडाव्यवहाराची मूळ सूत्रे अध्याहृत असावीत, अशी लोककथेची धारणा असते म्हणून!

म्हणूनच इतिहासाचा आधार असो अथवा नसो, किंबहुना, इतिहासाकडे डोळेझाक करूनही...लोककथा ज्या ठामपणाने "संभाजीने गोदावरीला पळविली," असे सांगते त्याच ठाम विश्वासाने धनगराच्या तोंडून ती वदविते- "संभाजी आपलं खानदान विसरला नाही."

***

गोदावरी ही लोककथेची नायिका! कथेतील सर्वांत महत्त्वाचे पात्र. तरुण, देखणी, जातीने ब्राह्मण. गुजराती कथेतील चंद्रगुजरीसारखीच गोदावरी देखणी आहे... सामान्य कुळातीलही आहे. कोणत्याही अभिलाषेला अथवा प्रलोभनाला बळी पडणारी नाही. गुजरीच्या कथेत सत्ताधीश सुलतान आणि सामान्य स्त्री असा विरोध आहे. गोदावरीच्या कथेत 'राजियाचा पुत्र' अथवा 'राजपुत्र' यामधला विरोध आहे. अशा प्रकारच्या विरोधावर आधारलेल्या कथा युरोपीय लोककथांतूनही आढळतात. 'किंग कोफेतुआ ॲन्ड द बेगरमेड' ही त्यांपैकी एक प्रसिद्ध आणि लोकप्रिय कथा. सकृतदर्शनी कुलवंत सत्ताधीश आणि सामान्य स्त्री यामधला हा विरोध वाटतो. परिस्थितीनुसार, या विरोधाला मुसलमान-हिंदू, मराठा-ब्राह्मण अशाही छटा प्राप्त झाल्या आहेत. सूक्ष्म विचार केला तर धर्माच्या अथवा वर्णाच्या या छटा वरवरच्या बेगडी आहेत, असे जाणवते. या कथांचा मूळ आशय लक्षात घेतला तर त्या पुरुष आणि स्त्री यांचे सृष्टिमान्य सौहार्द-संबंध स्पष्ट करणाऱ्या आहेत, असे स्पष्ट होते. वंशभेद, धर्मभेद, वर्णभेद हे या कथांचे मूळ कारण नाही; कारण या लोककथांचे नायक भिन्न धर्माचे, वेगळ्या वर्णाचे असूनही, ते धर्माच्या अथवा वर्णाच्या सत्तेची हुकमत लोककथेत गाजवीत नाहीत. उलट एका वेगळ्याच निष्ठेने ते वागताना दिसतात. स्त्री-पुरुष संबंधाबद्दलची ही निष्ठा, तत्त्वतः सृष्टीतील नर आणि मादी या दोन घटकांच्या सृष्टिमान्य सहयोग-व्यवहाराची असते. म्हणूनच जनसामान्यांची श्रद्धा अशी की.. सृष्टीच्या इतर घटकांप्रमाणेच, मानवानेसुद्धा या सृष्टिमान्य निष्ठेनुसारच स्त्री-पुरुष संबंधातील सौहार्दाचा वाग्व्यवहार करणे योग्य. म्हणजे सृष्टीच्या वाग्व्यवहाराच्या मौलिक धोरणालाच ग्रामीणांच्या भावविश्वात अभावितपणे श्रद्धेचे भावरूप मिळते. आणि या भावरूपाचे दर्शनच लोककथांतून घडविले जाते.

सुलतान महंमद याने चंद्रगुजरीला पळवून नेले; पण ती त्याला वश होत नाही हे पाहून तिच्यावर कसलीही जुलूम-जबरदस्ती न करता त्याने तिला मुक्त केले. गोदावरीच्या कथेचा शेवट तिच्या सती जाण्याने होतो. एरवी धीरोदात्त वाटावा असा हा शेवट आहे; पण तो नुसताच धीरोदात्त नाही तर लोककथेने त्याला एक अनाकलनीय गूढ वळण दिले आहे. त्यामुळे सती जाणाऱ्या गोदावरीचे धीरोदात्त व्यक्तिमत्त्वही क्षणार्धात एवढे अंतराळ-विहारी होते की कथा ऐकणारा दिङ्मूढ होतो.

गोदावरी सरळ सती जात नाही तर सती जाण्यापूर्वी 'संभाजीनं माझी चिता पेटविली पाहिजे' असा तिचा आग्रह असतो. गोदावरी पळविली गेली त्या वेळी ती विवाहित तर होतीच; पण प्रौढ वयाचीही असावी. एरवी सती जाण्याचा निश्चयी निर्णय तिने स्वतःहून घेतला नसता आणि 'संभाजीने माझी चिता पेटविली पाहिजे,' असा लोकविलक्षण आग्रह तर ती धरूच शकली नसती.

त्या काळच्या ब्राह्मण समाजरचनेत गोदावरीसारख्या अपहृत स्त्रियांना स्थान नव्हते. सासरी जाण्याची तर सोयच नव्हती; पण माहेरी राहणेही अशक्य होते. कोणत्याही अर्थाने त्या विधवा ठरू शकत नव्हत्या. अशा विचित्र परिस्थितीत जलसमाधी घेऊन अथवा अग्निकाष्ठ भक्षण करून जीवनाची इतिश्री करणे हेच मार्ग त्यांना मोकळे असत. त्या काळात मुघलांच्या धाडीत अनेक स्त्रियांचे अपहरण केले जात असे. या अपहृत स्त्रिया परत मिळाल्याच तर त्यांचे आप्त त्यांना सरळ जलसमाधी देत अथवा जलसमाधी घेण्यास भाग पाडत, असे दाखले कागदोपत्री मिळतात. केवळ शिवकालातच नव्हे, तर पेशवाईतही हीच परिस्थिती होती. पानिपतच्या वाताहतीत उत्तर पेशवाईत नाना फडणवीस म्हणून गाजलेल्या, बाळाजी जनार्दन भानू ऊर्फ नाना, यांची आई अब्दालीच्या लष्करात कैदेत आहे अशी अफवा नानांच्या कानी आली. त्या वेळी नानांचे वय वीस वर्षांचे होते आणि त्यांची आई सोवळी विधवा असावी. नानांनी त्या वेळचे दिल्ली येथील पेशव्यांचे वकील हिंगणे यांना लिहून कळविले- "तीर्थरूप मातु:श्रींची खबर अब्दालीचे लष्करात आहे म्हणून लागली आहे. आपण त्यांचे लष्करात गेले असले तर फारच उत्तम झाले. नसले गेले तर जाऊन शोध करावा. माझ्या शक्तीप्रमाणे जे द्यावयाचे पडेल ते देऊ करून... निदान माझे सर्वस्व देऊन, त्यांची मुक्तता होय हेच करावे. मुक्त जाहालियावर जातीविशी

शोध पुरता घ्यावा. जर यथास्थित प्रकार आहे तर देशास पाठवावी. नाहीतर प्रयागास (देहत्याग करण्यास) परभारेच रवानगी करावी. जर शुद्धच आहे, आणि त्यांचा आग्रह यात्रेस जावयाचा असला, तरी त्यास पाठवावी. मनात गोष्टी सोडविण्याच्या येतात त्या किती लिहाव्या? कदाचित ब्राह्मण्यास आंचवली असली तथापि सर्वस्व खर्च करून प्रयागास पाठवून द्यावी... म्हणजे पुत्रधर्माचे सार्थक.'' नानांच्या अपहृत सोवळ्या वयस्क आईची पेशवाईतील ही कथा... तेव्हा शिवकाळात तरुण, विवाहित अपहृत स्त्रियांची अवस्था काय होत असेल याची कल्पना करावी.

गोदावरीला जलसमाधी घेता आली असती; पण जलसमाधी ऐवजी सती जाण्याचा दाहक निर्णय ती घेते. हा निर्णयसुद्धा सरळ नसतो, तर 'संभाजीने माझी चिता पेटविली पाहिजे' अशी विचित्र अट त्यात असते. सकृतदर्शनी हे विचित्र आणि गोंधळात टाकणारे वाटते. संभाजीने तिला पळवून नेली हे खरे; पण नंतर तो तिच्याशी अदबीने वागला होता, कसलीही जुलूम-जबरी त्याने तिच्यावर केली नव्हती! पळवून आणली असली तरी ती कोणत्याही अर्थाने भ्रष्ट झाली नव्हती...हे काय गोदावरी जाणत नव्हती? संभाजी तिच्याशी सभ्यतेने वागला होता, यावर इतर कोणाचा विश्वास बसला नसता...आणि कुशंकेचा ब्रह्मराक्षस यापुढे सतत तिचा पिच्छा पुरविणार म्हणून ती सती जायला निघाली होती, हेही समजण्यासारखे आहे. अशा परिस्थितीत तिने सरळ सती जाणे रास्तही होते; पण सती जाताना 'संभाजीनं माझी चिता पेटविली पाहिजे,' असा आग्रह धरण्याचे प्रयोजन काय? ज्याने तिला पळवून आयुष्यातून उठवले...त्यानेच तिची चिताही पेटवायची? सती जाणाऱ्या स्त्रीच्या चितेला तिच्या आप्ताने अग्नी द्यावयाचा असतो. गोदावरीचे जवळचे, दूरचे आप्त हयात असताना अग्नी देण्याचा आग्रह त्यांच्याऐवजी ती संभाजीलाच का करते? आणि संभाजीही हा आग्रह मान्य करील हे कोणत्या विश्वासाने ती धरून चालते? कोणत्या अनाकलनीय नात्याने ती संभाजीला आप्त मानीत होती? सतीच्या चित्तेला अग्नी देण्याने, अग्नी देणाऱ्याला पुण्य मिळते असाही एक समज आहे. जगाचा अखेरचा निरोप घेताना हे पुण्य संभाजीच्या शेल्याच्या पदरात बांधावे अशी तर गोदावरीची सुप्त इच्छा नव्हती?

गांधीलमाश्यांचे मोहळ डिवचावे तसे गोदावरीच्या विचित्र आग्रहाने, नाना शंका-कुशंकांचे मोहळ मनात घोंघावत उठले. गोदावरीने असा विचित्र

आग्रह का धरावा, याचे उत्तर मिळत नव्हते. कथा सांगताना धनगरही गोदावरीची ही अट सांगतेवेळी गहिवरला होता, त्याचा आवाज घोगरा झाला होता....डोळे पाणावले होते! म्हणजे गोदावरीच्या अटीचे अथवा आग्रहाचे रहस्य त्याला उलगडले असावे काय? मला ते का उलगडू नये? लोककथेच्या जगात मी एवढा परका होतो काय? गोदावरीला पळवून नेली ही घटना त्या काळी जगावेगळी नव्हती आणि आजही नाही. गोदावरीचे सती जाणे आज आततायी वाटले, तरी त्या काळाच्या संदर्भात ते समजण्यासारखे आहे; पण सती जातेवेळेची तिची अट...त्या काळीही विचित्र वाटली असावी...आज तर ती अक्षरशः गोंधळात टाकणारी आहे.

एक मात्र स्पष्ट जाणवले की, गोंधळात टाकणारी ही विचित्र अटच या लोककथेचा आत्मा आहे, कथेचे सारसर्वस्व आहे! किंबहुना, या अटीकरताच कथेचा अट्टहास आहे...लोककथेचा अवतार आहे!! या अटीचा मागोवा घ्यायला हवा... तो घेतल्याशिवाय या लोककथेचा 'जिव्हार' ध्यानात यावयाचा नाही.

***

काही दिवसांनंतर पुन्हा रायगडला गेलो असता वाडीला जाऊन पुन्हा एकदा समाधी पाहिली; कारण दरम्यान कळलं की एका इतिहासतज्ज्ञाच्या मते, ती समाधी गोदावरीची नव्हती...तर उत्तर पेशवाईतल्या एका पेशव्याच्या-सवाई माधवरावाच्या पत्नीची...यशोदाबाईची आहे. समाधीची वास्तू निरखून पाहिल्यावर ध्यानात आले की, तिचे बांधकाम शिवकाळातले नाही...तर पेशवेकालीन समाधीच्या धर्तीचे आहे. या यशोदाबाईचा शोध घेणे आवश्यक होते. तो घेतल्यावर कळले की उत्तर पेशवाईत, दुसऱ्या बाजीरावाच्या कारकिर्दीत, पेशवे कुटुंबातील स्त्रियांचे वास्तव्य काही दिवस रायगडावर होते. यशवंतराव होळकरांच्या पुण्यावरील स्वारीच्या धामधुमीत दुसऱ्या बाजीरावाच्या कुटुंबकबिल्याबरोबर यशोदाबाईचीही पुण्याहून रायगडावर रवानगी करण्यात आली होती. रायगडावरच ती मृत्यू पावली. तिचे दहन गडाखाली किल्लेवाडीच्या वाटेवरच झाले असण्याची शक्यता आहे. सवाई माधवराव पेशव्याची पत्नी म्हणून दहन झाले त्या जागेवर तिची समाधी बांधण्यात यावी, हे साहजिकच आहे. आज ही समाधी लोककथेतल्या गोदावरीची समाधी म्हणून ओळखली जाते.

मला गंमत वाटली! लोककथेतला संभाजी हा ऐतिहासिक संभाजी

नसावा, असे कागदोपत्रीचा पुरावा पाहून वाटू लागले...आता इतिहासाच्या साक्षीनेच गोदावरीची म्हणून ओळखली जाणारी समाधी खोटी ठरते आहे. प्रश्न पडला - पेशविणीला बाजूला सारून गोदावरी या समाधीवर नेमकी केव्हा आणि कशी येऊन बसली? पण, याबद्दल केवळ अनुमानानेच सांगता येणे शक्य आहे.

रायगडच्या परिसरात सवाई माधवरावाची पत्नी यशोदाबाई हिची समाधी बांधण्यात आली असली, तरी सवाई माधवरावाच्या मृत्यूनंतर सामान्य लोकांच्या दृष्टीने यशोदाबाईला महत्त्व राहिले नव्हते. दुसऱ्या बाजीरावाने तर तिला कैदेतच ठेवले होते. कैदी म्हणूनच तिला रायगडावर पाठविण्यात आले होते. सारांश, पुण्यात आणि रायगडावर यशोदाबाई माजघराच्या नाहीतर कोठडीच्या अंधारातच होती. रायगडच्या परिसरात तर ती सर्वस्वी परकीच होती. तेथे तिला कधी कोणी पाहिलेही नसावे. मृत्यूनंतर तर ती कायम काळाच्या पडद्याआड गेली. कालांतराने स्थानिक लोकांच्या स्मृतीतून ती नाहीशी होणे स्वाभाविक होते; कारण त्यांच्या कोणत्याच श्रद्धा-निष्ठांत तिला स्थान नव्हते...तिची स्मृती जपून ठेवावी एवढे महत्त्व तिला नव्हते. काही काळ लोटल्यावर... किल्लेवाडीची समाधी नेमकी कोणाची... हेही लोक विसरले असण्याची शक्यता आहे. परिणामी, पेशवेपत्नी यशोदाबाईची समाधी अनामिक झाली... केवळ एक जुनी बेवारशी वास्तू म्हणूनच मागे उरली.

पण, गोदावरीचे तसे नव्हते. तिची स्मृती लोककथेनेच अनेक पिढ्या जागृत ठेवली होती. ती रायगडाच्या परिसरातलीच होती...रायगडची माहेरवाशीण होती. तिने केलेल्या अग्निदिव्यामुळे जनसामान्यांच्या मनात तिच्याबद्दल नुसता आदर नव्हता... श्रद्धा होती. त्यांच्या श्रद्धा-समजुतीत तिला 'सती'चा मान मिळत होता. प्रस्तुत लोककथा ही जनमानसाने बांधलेली गोदावरीची अक्षर-समाधीच होती; पण - ती केवळ 'शब्द' समाधी होती...दृश्य, पार्थिव वास्तू नव्हती!

लोककथेला आपली ओळख पटवायला एखादी खुणेची जागा, वस्तू अथवा वास्तू, तिची 'निशाणी' म्हणून लागते. एखादा ओबडधोबड शिलाखंड, भयाण वाडा, जुना ओसाड वाडा, किल्ल्याचा अथवा गढीचा बुरूज, नदीतला डोह, नदीकाठचा विराण घाट वगैरे वगैरे. गोदावरीच्या लोककथेलाही एखादी खुणेची जागा हवीच होती. आधीची तिची जागा याच परिसरात

इतरत्र कुठे असण्याची शक्यता आहे. अमुक एका जागेबद्दलही लोककथेचा आग्रह नसतो. पंचक्रोशीत कुठेही बसायला ती तयार असते. अशा परिस्थितीत त्याच परिसरात...एक जुनी अनामिक समाधी आयतीच मिळाल्यावर, गोदावरीची लोककथा...तिच्यावर अलगद येऊन बसली असल्यास नवल नाही. विस्मृतीच्या अंधारात हरवून, बेघर, बेवारस झालेल्या जुन्या, जीर्ण वस्तू-वास्तूंचा ताबा घेऊन... निःशंकपणे त्यावर आपला हक्क सांगणे, ही लोककथांची खोड काही उदाहरणांवरून स्पष्ट करता येते.

माझ्या माहितीतले एक खेडेगाव 'क्षेत्र' म्हणून प्राचीन काळापासून प्रसिद्ध आहे. तेथील देवालयाशेजारीच पुजाऱ्याचा मोठा मठ आहे. या मठाच्या आवारात, जात्याच्या आकाराचे दोन अजस्र गोल दगड आवाराच्या कोपऱ्यात पडलेले आढळतात. गेली अनेक वर्षे ते तसेच पडले असावेत. गावकऱ्यांना आज विचारले तर ते सांगतात- "हे भीमाचे जाते आहे. पांडव अज्ञातवासात असताना भीम हा पाकशाळेचा प्रमुख आचारी होता. तो आपले सारे दळण या जात्यावर दळत असे." अनेक प्राचीन लेणी पांडवांनी कोरली आहेत, असे नेहमीच सांगण्यात येते. काही तर पांडवलेणी म्हणून प्रसिद्धही आहेत. मुऱ्हा-मावळातल्या एका डोंगराच्या माथ्यावर कातळात कोरून काढलेली एक प्राचीन, मोठी विहीर पाहिली. छिन्नीने कोरून काढल्यामुळे विहिरीच्या कडांवर ओरखडे उमटलेले दिसतात. विहिरीबद्दल विचारले तेव्हा सांगण्यात आले, "भीमाने आपल्या नखांनी कातळ कोरून काढला... त्यामुळे ओरखडे उमटले आहेत." ठिकठिकाणी सीतेच्या 'न्हाण्या' आढळून येतात. त्यांचीही हीच कथा. वास्तवात त्या हीनयान बुद्ध-भिक्षूंच्या वर्षावासाच्या साध्या खोल्या असाव्यात. शेजारी पाण्याची कोरलेली टाकी असतात; पण कालांतराने भिक्षू विसरले जाऊन, खोल्या शेजारच्या पाण्याच्या टाक्यांमुळे भोवतालच्या परिसरात या खोल्या 'सीतेची न्हाणीघरे' म्हणून ओळखली जातात. भूमीत पुरलेला एखादा अशोकस्तंभ, स्थानिक लोकांच्या समजुतीत, मारुतीचा मलखांब म्हणून प्रसिद्ध असतो. जमिनीवर आडवीतिडवी लोळत पडलेली एखादी प्रचंड शिला... खंडोबाची झोपलेली पत्नी महालसा, म्हणजे 'म्हाळसा' म्हणून दाखविण्यात येते. सारांश, स्मृतिशून्य, बेवारस झालेल्या वस्तू-वास्तूवर, निसर्गातल्या आडमाप स्थळा-कातळांवर, जनसामान्यांच्या श्रद्धा-समजुतीप्रमाणेच लोककथाही निःशंक जाऊन बसताना दिसतात. हे ध्यानात घेतले की वाडीच्या समाधीवर गोदावरी कशी अलगद

येऊन बसली असावी याची कल्पना करता यावी!

***

लोककथेतला संभाजी व कागदोपत्रीचा ऐतिहासिक संभाजी यामधला फरक स्पष्ट झाला. गोदावरीच्या तथाकथित समाधीचाही शोध घेण्याचा प्रयत्न केला; पण सती जातेवेळी गोदावरीने घातलेल्या विलक्षण अटीचे रहस्य मात्र उलगडत नव्हते.

दरम्यान, लोकधाटी आविष्कारांचा अधिक बारकाईने अभ्यास झाला. त्यांच्या वेगळ्या घडण प्रक्रियेबद्दल, वेगळ्या थाट घाटाबद्दलही विचार केला...आणि स्पष्ट जाणवले की, लोकधाटी आविष्काराचे 'कूळ' मुद्दलीच वेगळे असते आणि या वेगळेपणाचे कारण या आविष्कारावर असलेल्या, निसर्गातील निर्मितिक्षम ऊर्जा शक्तीचा प्रभाव आहे, हे स्पष्ट जाणवले. किंबहुना, साऱ्या सृष्टीच्या निर्मिती व्यवहाराचे एकमेव प्रेरणाकेंद्र आणि शक्तिकेंद्र असलेल्या... सृष्टी निर्मितीच्या विराट व्यवहाराला कारणीभूत होणाऱ्या...सृष्टीच्या वेगवेगळ्या अनंत घटकांना शक्ती-गतीच्या सहयोगातून निर्मितिक्षम करणाऱ्या आणि त्यांच्या निर्मितीचे सातत्य अहर्निश सांभाळणाऱ्या ऊर्जेचे अनन्यसाधारण कर्तृत्व ध्यानात आले! सृष्टीजीवनाबद्दल आस्था आणि सृष्टीजीवनाच्या सातत्याबद्दल निष्ठा याच ऊर्जेच्या सृष्टिनिर्मितीच्या मूळ धारणा आहेत आणि सृष्टीच्या चेतन-अचेतन सर्व घटकांचे निर्मितिव्यवहार याच धारणेनुसार होत असतात हेही स्पष्ट झाले...

सृष्टीचा एक घटक म्हणून...सृष्टीशी सतत सहयोग व संवाद साधणाऱ्या मानवाचे...विशेषतः, सृष्टीच्या सतत सान्निध्यात असणाऱ्या ग्रामीण मानवाचे...सर्व जीवनव्यवहार आणि आविष्कार याच धारणांवर अधिष्ठित असणे स्वाभाविक आहे. लोककथा ही तर लोकगीतासारखी अस्सल लोकधाटी निर्मिती! 'बी' कवींच्या 'चाफा' या लोकगीताचा लोकधाटी अंगाने शोध घेतला होता...तेव्हाच ऊर्जेचे निर्मितिकर्तृत्व, तिची सृष्टी-जीवनाबद्दलची आस्था व जीवनाच्या सातत्याबद्दलची निष्ठा...याची स्पष्ट जाणीव झाली होती. खरे म्हणजे या जाणिवेची अस्पष्ट कल्पना बालकवींच्या 'औदुंबर' या कवितेचा मागोवा घेतानाच आली होती. 'बी' कवींच्या 'चाफा' आणि 'वेडगाणे' या कवितांनी ती अधिक स्पष्ट केली. 'वेडगाणे' या गीतातील 'ब्रह्मांडाच्या घडामोडी करणारी' म्हणजे सृष्टीचा विराट निर्मितिव्यवहार करणारी ऊर्जाच आहे, हे स्पष्ट झाले.

हे स्पष्ट झाल्यावर मनात विचार आला - लोकगीत आणि लोककथा यांची भावकुळी एकच असेल तर, त्यांची कुळस्वामिनीही एकच असणार...आणि ती ऊर्जाच असणार!... गोदावरीच्या विचित्र अटीचा अर्थ या कुळस्वामिनीलाच 'कौल' लावून विचारला तर?

सृष्टीच्या निर्मितिकार्यात ऊर्जेचे अधिष्ठान असल्याशिवाय निर्मिती होणेच अशक्य, म्हणून ऊर्जेलाच सृष्टीच्या निर्मितिकार्याची कुळस्वामिनी मानले पाहिजे. या कुळस्वामिनीचे अधिष्ठान केवळ सृष्टीच्या निर्मितिकार्यातच नव्हे, तर...सृष्टीच्या घटकांच्या निर्मितिकार्यातही असतेच...असायला हवे! सबब, सृष्टीच्या निर्मितीप्रमाणेच या घटकांची स्वतःची निर्मितीही ऊर्जेच्या प्रभावी नियंत्रणानुसार होणे अपरिहार्य आहे. लोकधाटी आविष्कार हे सृष्टीच्या सतत सान्निध्यात असलेल्या ग्रामीण मानवाची निर्मितीच असतील तर या आविष्कारातही ऊर्जेचे अधिष्ठान असणे व त्यांची निर्मिती ऊर्जेच्या प्रभावानुसार होणे जेवढे स्वाभाविक तेवढेच अपरिहार्य, हे ध्यानात घेऊन प्रस्तुत लोककथेचा विचार केला...तर ऊर्जेच्या कथेवर असलेल्या प्रभावामुळेच कथेतील संभाजी आणि गोदावरी ही पात्रे...जणू त्यांच्या कुळस्वामिनीने दिलेल्या कौलानुसार कशी वेगळी वागतात, हे स्पष्ट होते..

हे वागणे सृष्टिमान्य वाग्वहिवाटीचे असणे स्वाभाविक आहे. म्हणूनच लोककथेतील संभाजीला गोदावरीचे आकर्षण वाटणे...तिच्याबद्दल अभिलाषा निर्माण होणे...आणि त्यामुळे त्याने तिला पळवून नेणे हे जसे सृष्टिमान्य वहिवाटीचे, तसेच पळवून नेल्यानंतर... त्याने तिच्याशी मानाने, सौहार्द भावनेने वागणे हेही सृष्टिमान्य वाग्व्यवहारानुसारच! लोककथेतील गोदावरी हिने, ऊर्जेने दिलेल्या कौलानुसारच वागायचे, तर तिनेही सृष्टीच्या सहयोग धोरणानुसारच वागले पाहिजे. म्हणजे संभाजीच्या सौहार्दाच्या, मर्यादेच्या वागण्याला तिनेही सौहार्दाने आणि मर्यादा ठेवूनच प्रतिसाद द्यायला हवा; पण गोदावरी तसे न करता ...सती जाण्याचा सर्वस्वी विरुद्ध निर्णय घेते. असे का? ऊर्जेने दिलेली प्रेरणा धुडकावून ती वागते, की ...सती जाण्याची प्रेरणा तिला ऊर्जेनेच दिली होती? ...आणि क्षणार्धात स्पष्ट जाणवले की ...सती जाण्याचा निर्णय गोदावरीने ऊर्जेच्या प्रेरणेनुसारच घेतला होता...एवढेच नव्हे, तर संभाजीने माझी चिता पेटविली पाहिजे, हा गोदावरीचा हट्ट म्हणा ...आग्रह म्हणा, ऊर्जेनेच गोदावरीकडून वदविला होता. गोदावरी अगतिक, दयनीय झाली होती, म्हणून सती जात नव्हती. तर सती जाण्याचा निर्णय

घेतल्यावरच ती सर्वार्थाने मुक्त होऊ शकत होती. नातीगोती, सगेसोयरे या साऱ्यांना ती निरोप देऊन जगाशी असलेले सारे पाश ती तोडू शकत होती. म्हणूनच लोककथेतील गोदावरी सती जाण्याचा दाहक निर्णय घेते. 'बी' कवींच्या शब्दांत सांगायचे तर या निर्णयामुळे 'जगाच्या जगपणाचे' जीवघेणे ओझे झुगारून देऊन ती निर्भीड, निर्भय झाली होती. उदंड, आगळ्या आत्मविश्वासाने...प्रकाशाची दारे असलेल्या आकाशाच्या घरात ती प्रवेश करणार होती...उडुगणांच्या यानी बसून अनंताची प्रदक्षिणा करणार होती...चंद्राच्या हसण्यात, वायूच्या बरळण्यात, किंबहुना, साऱ्या सृष्टीच्या नादब्रह्मात सूर भरणारी तीच झाली होती. आता ती या जगातल्या कोणाचीच नव्हती. 'मी न माझी-त्याची । मी न माझी कुणाची' हेच तिला ठामपणे सांगायचे होते. सारांश, 'ब्रह्मांडाच्या घडामोडी' करणाऱ्या... म्हणजेच सृष्टीचा विराट निर्मिती व्यवहार करणाऱ्या.. प्रत्यक्ष ऊर्जेशीच ती एकरूप झाली होती. ऊर्जा आणि गोदावरी असा भेदभाव उरला नव्हता. मुक्तीच्या, आनंदाच्या तेजोमय उजाळात विरघळून ...दिशाच जेथे लुप्त झाल्या तेथे कोणत्याही अंतराची.. द्वैतभावाची जाणीव कशी उरणार? गोदावरी ऊर्जा झाली होती. 'संभाजीनं माझी चिता पेटविली पाहिजे' ही गोदावरीची मागणी ऊर्जेची होती! हे स्पष्ट झाल्यावर वाटते की ती अट नव्हती, आग्रह नव्हता तर...शालीन विनंती होती!

गोदावरी ऊर्जारूप झाल्यावर अटीतटीच्या मानवी व्यवहाराला आता अर्थच उरला नव्हता, उलट तिने सृष्टिमान्य समजुतीच्या वाग्व्यवहाराने वागणेच स्वाभाविक होते. हे वागणे निर्भय असते, निर्भीड असते...तरीही ते अत्यंत शालीन आणि संयमी असते. सहयोगाचे, सौहार्दाचे त्याला अंगभूत परिमाण असते, म्हणूनच त्याला क्रीडेचे हृद्य, विलोभनीय वळण असते. औद्धत्याला, दांडगाईला, बळजबरीला येथे वाव नसतो; कारण सौहार्दाशिवाय सहयोगाशिवाय कोणताही निसर्ग-व्यवहार होणे शक्य नसते. या धारणेनेच सृष्टीच्या घटकांचे सर्व व्यवहार होत असतात, नर-मादी, स्त्री-पुरुष यांचे सृजन व्यवहारसुद्धा! निसर्गमान्य सृजन व्यवहार...नर आणि मादी यांची, परस्पर आवड, सौहार्द मान्य झाल्यावरच होत असतो, हे पशु-पक्ष्यांच्या उदाहरणावरूनही स्पष्ट होऊ शकते. म्हणजे संगमपूर्व सौहार्द, अनुनय, पशु-पक्ष्यांनाही आवश्यक वाटत असतो. या अनुनयाला प्रतिसाद मिळाला तरच ते रतिक्रीडेत सहभागी होतात. प्रतिसाद न देणाऱ्या जोडीदाराच्या

वाटेस नर अथवा मादी सहसा जात नाही.

सारांश, संगमपूर्व अनुनय आणि क्रीडा निसर्गालाही आवश्यक वाटतेच.. रतिक्रीडेशिवाय संगम...म्हणजे हेतुशून्य, केवळ इंद्रिय भोग! आणि केवळ इंद्रिय भोग हा सृष्टीला अभिप्रेत नसतो, म्हणून मान्यही नसतो; कारण तो भोग नसतो तर बलात्कार असतो. त्यात सहयोगाची, सौहार्दाची भावना नसते...ती क्रीडा नसते... ती केवळ एकतर्फी दांडगाई असते! नराला मादीबद्दल अथवा मादीला नराबद्दल वाटणारे आकर्षण स्वाभाविक असते...सृष्टीचीच ती योजना असते. असे आकर्षण न वाटणारी व्यक्ती अपवादात्मक समजली पाहिजे! पण, एखाद्या स्त्रीबद्दल आकर्षण वाटते, म्हणून तिच्यावर सक्ती करण्याची मुभा पुरुषाला नसते...कारण, अशी मुभा निसर्गाच्या सहयोगी धारणेलाच मान्य नसते. शक्तीच्या बलवत्तेमुळे, अधिकारामुळे, प्रसंगी सत्तेच्या जोरावर... अथवा सामाजिक परिस्थितीच्या कोंडीमुळे असा अधिकार पुरुष घेऊ शकतो, अनेकदा घेतोही! विशिष्ट सामाजिक परिस्थितीत अशी सक्ती करण्याची मुभा समाजमान्यही ठरते. म्हणून ही सक्ती निसर्गालाही मान्य असते असे समजणे गैर आहे. उलट कितीही समाजमान्य असला, तरी तो निसर्गदुष्ट बलात्कार असतो...अत्याचार असतो!

गोदावरीला पळवून नेली तेव्हा ती सर्वस्वी संभाजीच्या अधीन होती... अगतिक होती! स्वतःच्या शीलाचे स्त्रीसुलभ निर्धाराने रक्षण करण्याचा... प्रसंगी प्राणपणाने सारी शक्ती एकवटून प्रतिकार करण्याचा तिचा निश्चयही झाला असावा. प्रतिकाराच्या निश्चयाने ती उद्दाम झाली असण्याचीही शक्यता आहे. संभाजीशी औद्धत्याने वागून...त्याची निर्भर्त्सना, त्याचा अपमान करण्याचाही तिचा विचार असावा! पण, यांपैकी तिला काहीही करावे लागले नाही. तसा अतिप्रसंगच आला नाही...संभाजीनेच तो आणला नाही. गोदावरीच्या वरील निर्धाराचा... तिच्या औद्धत्याचा...तिच्या पावित्र्यासकट चिंधीचोळा करण्याचे सामर्थ्य असूनही संभाजी तिच्याशी अत्यंत अदबीने, मर्यादेने वागला होता! तिला स्पर्श तर सोडाच; परंतु आपल्या शेल्याचा वारा तिच्या अंगावरून जाणार नाही...आपली सावलीसुद्धा तिच्या सावलीला शिवणार नाही...अशा खबरदारीने तो तिच्यापासून दूर उभा राहत असावा. ज्या सौजन्याने...ज्या मर्यादेने, ज्या माणुसकीने संभाजी वागला... त्या सौजन्याने, मर्यादेने, माणुसकीने गोदावरीला त्या प्रसंगी भयाऐवजी 'अभय' दिले होते!

हे ध्यानात न येण्याइतकी गोदावरी अजाण, असमंजस नव्हती. स्त्री-पुरुष भेटीतील माणुसकीच्या या अपूर्व दर्शनाने ती मनोमन भारावली होती. पूर्वी कधी, कुठेही न घडलेल्या या दर्शनाला ...कधीही न घेतलेल्या या अनुभवाला... या अनुभवाने दिलेल्या अनोख्या प्रचितीला, स्त्री म्हणून सौहार्दाने प्रतिसाद देणे...केवळ माणुसकीचेच नव्हे...तर निसर्गनिष्ठ वाग्व्यवहाराचे ऋण आहे, असे तिला मनोमन भावणे स्वाभाविक होते. जगाच्या जगपणाची बंधने असेपर्यंत हे भाव-ऋण निःशंक कृतज्ञतेने ती फेडू शकत नव्हती, त्याकरिता सर्वस्वी मुक्त होणे आवश्यक होते. सती जाण्याचा निर्णय घेऊन सर्वार्थाने सर्वस्वी स्वतंत्र, मुक्त, निर्भय, निःसंकोच झाल्यावरच... सौहार्दाचा प्रतिसाद देऊन... भाव ऋणाची परतफेड निःशंक मनाने ती करू शकत होती. संभाजीला असा प्रतिसाद देता यावा म्हणूनच जलसमाधी घेण्याऐवजी, सतीचे 'दाहक' जाणे तिने पत्करले होते! संभाजीच्या माणुसकीला प्रतिसाद देण्याच्या हेतूने...

समाजमान्य, पण निसर्गदुष्ट अत्याचारांचे दुष्परिणाम निसर्ग समाजालाच भोगायला लावतो, हे शिवकाल व पेशवाई यांमधील स्त्री-पुरुष संबंधावरून स्पष्ट होते.. पुरुषाला एकदा नव्हे, तर दहादा बोहल्यावर चढण्याची, निसर्गदुष्ट पण समाजमान्य मुभा शिवकालात व पेशवाईत असल्यामुळे...आणि दर लग्नाचे वेळी पुरुषाचे वय चढत्या श्रेणीने वाढले असूनही, मुलीचे वय मात्र, कमाल दहा वर्षांची मर्यादा कधीच ओलांडू शकत नसल्यामुळे...असे समाजमान्य, पण निसर्गदुष्ट बलात्कार...या काळातून, विशेषतः, ब्राह्मण समाजातील स्त्रियांवर, घरोघरी शहाजोगपणाने होत असत व त्यांची परिणती स्त्रियांच्या अकाली मृत्यूत व्हायची, हे सर्वश्रुत आहे. लोककथेतल्या संभाजीला केवळ इंद्रियभोग...म्हणजे इंद्रियांचे क्षणिक सुख मान्य नव्हते, हे त्याच्या वागणुकीवरून स्पष्ट होते. केवळ इंद्रिय-सुखापेक्षा अधिक श्रेयस असा सृष्टिमान्य समागम - सहयोग त्याला अभिप्रेत होता...म्हणूनच तो संयमाने वागला. केवळ इंद्रियांना क्षणिक सुखविणारा बलात्कार त्याने गोदावरीवर केला नाही...तो करावयास त्यास कोणतीही आडकाठी नव्हती तरीही! त्याने बलात्कार केला असता तर तो पशू-पक्ष्यांहूनही नीच ठरला असता. तो तरुण होता, बलवान होता, धाडसी होता...पण, बलदंड नव्हता! लुटारू नव्हता तसा दरोडेखोरही नव्हता! त्याचा या प्रसंगीचा वाग्व्यवहार समंजस होता. सृष्टिमान्य वळण-वहिवाटीचा होता. धनगराने यालाच

'खानदानीचे वागणे' म्हटले होते.

गोदावरीवर या वागण्याचा वेगळा परिणाम झाला असावा काय? ती ब्राह्मण होती, विवाहित होती, प्रौढ होती. कोणी सांगावे? त्या काळच्या प्रथेनुसार ती तिच्या पतीच्या ...दुसऱ्या, तिसऱ्या, चौथ्या संबंधाची पत्नी असण्याची शक्यता आहे. म्हणजे स्त्री-पुरुष संबंधाचा अनुभव घेतलेली ती आहे. आणि तो अनुभव... काम-व्यवहारी, नाखुशीचा, सर्वस्वी एकतर्फा, बलात्कारी! केवळ घृणास्पद... बुभुक्षित भोगाच्या हिंस्त्र व्याघ्रासारखा-अमानुष, निर्दय, निर्घृण असण्याची शक्यताही नाकारता येत नाही!

गोदावरीने प्रतिसाद कसा दिला?

हा प्रतिसाद गोदावरी... प्राप्त परिस्थितीत लक्षणेनेच देऊ शकत होती. गोदावरीने तो तसाच दिला. 'माझी चिता संभाजीने पेटविली पाहिजे' अशी अट घालून नव्हे, आग्रह धरूनही नव्हे, तर अत्यंत सूचक आणि तेवढीच हृद्य विनंती करून! सकृतदर्शनी वाटली तशी ही अट नाही... हट्ट नाही... आग्रह नाही. तीत संभाजीबद्दल राग नाही, द्वेष नाही. त्याचा सूड अनुस्यूत नाही... तसा त्याला प्रायश्चित्त देण्याचा प्रच्छन्न हेतूही नाही! एका सौहार्दाच्या शालीन वाग्व्यवहाराला म्हणजेच धनगर म्हणतो त्या सृष्टिमान्य खानदानीला प्रति-सौहार्दाने दिलेली ती दाद आहे. उत्स्फूर्त प्रतिसाद आहे!

हा प्रतिसाद जेवढा दाहक आणि तेजस्वी आहे तेवढाच तो हृद्य आणि शालीन आहे. जेवढा तो सूक्ष्म तेवढाच तो स्पष्ट आहे. जेवढा तो लाक्षणिक आहे तेवढाच तो प्रकट आहे. आणि जेवढा तो उत्स्फूर्त आहे त्याहून सहस्त्र पटीने तो उत्कट आहे.

गोदावरीच्या लोककथेचा भावलेला हा भावार्थ! मला तो स्पष्ट झाला, भावला, तेव्हा एकतारीची तार छेडल्यावर स्वयं झंकारून उठणाऱ्या अनाहत गंधारासारखे, धनगराचे शब्द कानात रुंजी घालीत उठले, "गोदावरी सती गेली, पन कशी? संभाजीने माझी चिता पेटविली पाहिजे," असा हट्ट धरून!"

('ऊर्जायन'मधून साभार)

❖

परिशिष्ट - २

द. ग. गोडसे : अव्वल दर्जाचा प्रतिभावंत

प्राचार्य म. द. हातकणंगलेकर

रविवारी संध्याकाळी सहा वाजता फोन वाजला. मी बाहेर पडण्याच्या तयारीतच होतो. मुलीने बाहेर येऊन सांगितले, मुंबईहून भेंडेकाकांचा फोन आहे. मनात पाल चुकचुकली. संमेलनाची वार्ता झाल्यावर ते म्हणाले, 'एक वाईट बातमी आहे. द. ग. गोडसे गेले. परवा 'वा. लं.'च्या स्मशानयात्रेत भेटले होते. तशी प्रकृती बरी दिसली होती. सकाळी हॉटेलातून चहा घेऊन परत घरी आले आणि लगेच एक झटका येऊन गेले. मला राजाध्यक्षांनी आताच बातमी सांगितली. तुम्हाला लगेच फोन केला.' मी हळहळलो. भेंड्यांनी मला बातमी देण्याचे कारण असे, की गेल्या पाच-सहा वर्षांत माझे गोडशांच्या घरी बरेच येणे-जाणे होते. दादर स्टेशनजवळ त्यांचे घर असल्याने मला ते सोयीचे होते. अन्य प्रकारेही ते सोयीचे होते. गोडसे एकटेच राहत. चार खोल्यांचा मोठा फ्लॅट त्यांच्याकडे होता. तो चित्रकाराचा स्टुडिओ म्हणून उत्तम तयार केला होता. जागेचा मोकळेपणा त्यांच्याकडे होता, तसा स्वभावाचाही मोकळेपणा होता. त्यांचा सहवास निर्भेळ आनंदाचा विषय होता. सारे वातावरण वैचारिकतेने झगमगणारे आणि अनेकार्थाने उत्तेजित करण्याचे सामर्थ्य त्यांच्या बुद्धिमत्तेत, वाणीत आणि खानदानी सौजन्यात होते. पाहुणे घरी आल्यानंतर आपली यजमानपदाची प्रतिष्ठा जपण्याचा ते आटोकाट व मनःपूर्वक प्रयत्न करीत. मनःपूर्वकता हा त्यांचा

जन्मजात गुण होता; पण तो ते भोळेपणाने वापरीत नसत. समानशील मैत्रीची इज्जत ज्याला करता येते त्याच्यासाठी हे धन ते मोकळेपणाने उधळीत. त्यांच्या या नैसर्गिक, सहजसुंदर, औदार्याचा अनुभव मला कित्येक वेळा आलेला आहे. त्यांच्याकडे राहत असताना- आणि मी दोन-तीन दिवसांपेक्षा अधिक त्यांच्याकडे मुक्काम करीत नसे; कारण त्यामुळे त्यांचा स्वतंत्र दिनक्रम बाधित होतो, याची कल्पना मला योग्य वेळी आलेली होती- ते मला कोणत्याही कारणासाठी पैसे खर्च करू देत नसत. ते म्हणत, 'अहो तुम्ही जन्मजात मालगुजार. यजमानपदाची कर्तव्ये आम्हाला पाळलीच पाहिजेत.' त्यांनी पैशाचे पाकीट कधी बाळगल्याचे मला आठवत नाही. त्यांच्या शबनममध्ये एक डायरी असे. त्या डायरीत त्यांच्या नोटा आणि शबनममध्ये सुटी नाणी असत. जेवणासाठी ते जवळच्या माटुंगा जिमखाना रोडवरच्या एका उडप्याकडे ठरावीक वेळी सकाळी ११ आणि सायंकाळी सात वाजता जात; कारण तेव्हा गर्दी कमी व अन्न ताजे असे. त्यांच्याकडे मुक्काम असला आणि बाहेरचे खास निमंत्रण नसले तर जेवणाच्या या वेळा मला पाळण्यावाचून गत्यंतर नसे. अन्य कोणी, कितीही मोठा माणूस आला तरी त्याला ही शिस्त पाळावीच लागे. तसे गोडसे बड्या माणसांची मिजास ठेवीत नसत. त्यामुळे सारेच जण त्यांना वचकून असत. त्यांचे प्रकाशक श्री. रामदास भटकळ यांचाही ते अपवाद करीत नसत. त्यांनी घरी यायचे तर ही शिस्त त्यांना पाळावी लागे. रामदास ती पाळत. गाण्याच्या रियाजच्या वाटेवर ते गोडसे यांच्याकडे थांबत. गोडसे त्यांना कौतुकाने 'घाटे गुलामअली' म्हणत. मी माझ्या बायकोसकट दोन वेळा गोडसे यांच्याकडे थांबलो. त्या वेळी त्यांची रीतभात बघून मी थक्क झालो. माझ्या बायकोला ते 'देवीजी' म्हणत. मी विचारले, 'हे काय तुम्ही चालविले आहे?' तर ते म्हणाले, 'खानदेश, इंदोरकडची ही पद्धतच आहे.' नंतर ते प्रत्येक पत्रात देवीजींना नमस्कार कळवीत.. माझ्या बायकोला हे महत्त्वाचे वाटले होते. तुमचे हे मित्र मला आवडतात, असे ती म्हणाली. त्यांना आपल्याकडे राहायला बोलवा, असे ती म्हणत असे. मी हे गोडसेंना सांगितले तर ते हसून म्हणाले की, जरूर येईन; पण केव्हा योग येतो ते बघू!' तसा योग आला नाही. त्यांच्या निधनाची बातमी समजल्यावर ती म्हणाली, 'ते गृहस्थ आपल्याकडे आलेच नाहीत!' गोडसे यांना एकदा या भागात हिंडायचे होते. कमल देसाई यांच्याशी त्यांचा दीर्घ काळ परिचय

होता. डॉ. तारा भवाळकर यांनी केलेल्या लोकसाहित्य, कला यामधल्या संशोधनाची त्यांना कदर होती. बेळगावला इंदिराबाई संतांकडेही त्यांना जावयाचे होते. तसेच कोल्हापूरचे इतिहास संशोधक डॉ. जयसिंगराव पवार यांनाही भेटायचे होते; पण हे सारे ते तब्येतीने करणार होते. इतक्यात त्यांच्या तब्येतीनेच त्यांना त्रास द्यायला सुरवात केली आणि हा बेत तसाच राहिला. मागच्या वर्षी शिवाजी विद्यापीठातर्फे सातारा कॉलेजमध्ये 'मस्तानी-बाजीराव' या आपल्या आवडत्या विषयावर दोन व्याख्याने दिली. त्या वेळी इकडे येण्याची शक्यता होती; पण तसे घडले नाही. कोणतीही गोष्ट घाईगर्दीने करणे त्यांना पसंत नव्हते. अलीकडे वर्षभरात त्यांची प्रकृती ठीक राहत नव्हती. डोळ्यांचा एक चमत्कारिक विकार बळावत होता. तो केवळ मोतीबिंदूचा प्रकार नव्हता. पापण्यांचे केस राठ होऊन आतल्या मांसल भागाला टोचत असत. त्यामुळे वाचन-लेखन तापदायक झाले होते. वाचन-लेखन तर त्यांच्या जगण्याचा प्राणवायू होता. दृष्टी गेली असती तर चालले असते; पण हा ताप मुलखावेगळा होता. त्याआधी दात काढण्याचे प्रकरण झाले होते. बाकी कोणती वृद्धापकाळातली व्याधी त्यांना नव्हती. या अवस्थेत मी त्यांना एक-दोन वेळा भेटलो होतो. मस्तानीच्या पुस्तकानंतर (कै.) चिंतामणरावांच्या अप्रसिद्ध नाटकाची आवृत्ती प्रसिद्ध करण्याचे काम त्यांनी हाती घेतले होते. तेदेखील त्यांनी नेहमीच्या निष्ठेने पार पाडले होते. प्रकाशन समारंभ मुंबईत झाला. त्याला मी उपस्थित होतो. गोडसे श्रोत्यांमध्ये शांतपणे बसले होते. कोणताही गाजावाजा न करता स्वतःला आवडणारे काम चोखपणे करीत राहणे हा त्यांचा बाणा होता. सांगलीला चिंतामणरावांसंबंधी एकदा कार्यक्रम व्हावा, असे त्यांना वाटत होते. संबंधितांची तशी इच्छा दिसली नाही. कलंदर इतिहासाचा शोध घेणारी मने सर्वत्र आढळणे कठीण असते.

गोडसेंची आणि माझी ओळख कशी व कुठे झाली ते आता आठवत नाही. किंबहुना, माझे सारे आयुष्य सांगलीत गेले. पुण्याचे साहित्यिक परिचयाचे, तेदेखील ६०नंतर- मुंबईची एक प्रकारची भीतीच. मुंबईची माणसे तरबेज, आत्मविश्वासी, कर्तबगार, तसल्या जीवघेण्या हवेत अहोरात्र काम करणारी आणि छोकदार निर्मितीची शिखरे उभा करणारी, साहित्य कलांत अग्रेसर इत्यादी. त्याला काही अपवाद असतात. मुंबईत राहून आपल्याच विश्वात राहतात, गर्दीतला एकलेपणा सर्जनशील बनवतात, याचा अनुभव आला तो प्रकर्षाने गोडसेंच्या सहवासात. त्याआधी सांगलीच्या

श्री. दां. मार्फत जया दडकरांची, विजय 'तें'ची ओळख झाली होती. साहित्य सहवास परिचयाचा झाला होता; पण गोडसे विलक्षण वेगळे, स्थलकालातीत. अविनाशी वातावरणात विहरणारे. त्यांच्या पातळीवरचा मी नसलो तरी ती पातळी ----करणारा आणि तिची कदर करणारा, समांतर, नि रुंद, उपपातळीवर जमेल तेव्हा भटकणारा कमअस्सल पण समानधर्मी जरूर होतो. त्यामुळेच तर आमची तार जुळली व गोडसेंनी मला जवळ केले; पण ते मधूनच इशारा देत 'माझे नाव काही झाले तरी गोडसे आहे हे ध्यानात असू द्या!' पण ते गमतीने. त्यांना पक्षीय राजकारणात अजिबात रस नव्हता. ते सांप्रत काळातले नागरिक जवळजवळ नव्हते. इतिहासातले फिरस्ते आत्मे होते. तसे दुसरे समानधर्मी भेटले ते म्हणजे हरिभाऊ मोटे. हरिभाऊ व त्यांचे मित्रमंडळ यांच्या अनेक हकिकती गोडसेंच्याकडे होत्या. त्यातल्या बा. सी. मर्ढेकर व विश्राम बेडेकर यांच्यासंबंधीच्या काही हकिकती प्रसिद्ध करून त्यांनी बरीच खळबळ माजवली होती. त्यासंबंधी त्यांच्यावर जोरदार टीका झाली तरी ते स्थिरचित्त होते. खासगी संभाषणात ते डोळे मिचकावून म्हणत, 'I stand by every word that I have written.' कोणताही सवंग भाव अगर हेतू नसे. तुम्ही हे सारे प्रसिद्ध का करीत नाही, असं विचारलं तर ते म्हणत, की काही गोष्टी बैठकीतल्या असतात. त्या छोट्या नसतात; पण शहाण्या माणसांनी त्यांचा बकवा करायचा नसतो. या प्रकारचे अनमोल शहाणपण गोडसेंनी जमा केले होते, यात शंका नाही...

असे गोडसेंच्या व्यक्तिमत्त्वात, लेखनात काय होते म्हणून काही माणसे त्यांच्याकडे आकृष्ट झाली आणि काही जणांना ते विक्षिप्तच वाटत राहिले. मला त्यांच्या स्वतंत्र, व्यासंगी समावेशक प्रज्ञेचा नेहमी अचंबा वाटत राहिला. या प्रज्ञेचे रहस्य ते विलक्षण रसिकतेने सांगत. ते ऐकत असताना एकीकडे आशंका वाटत असताना, सारे काही एका वरच्या पातळीवर जुळत, पटत राही. स्थलकालाच्या पलीकडे स्फुरत राहणारे एक अविनाशी प्रवाही सत्त्व आहे, असा त्यांचा दृढ विश्वास होता. चराचर सृष्टीत आढळणारी रूपे आणि त्यांची कालमानानुसार घडणारी स्थित्यंतरे ही त्याचीच विलसिते आहेत. इतकेच नव्हे तर इतिहासातील घटना, पात्रे, त्यांचे जीवनप्रवाह, प्रवृत्ती हे सारे या सत्त्वप्रवाहाचेच आविष्कार आहेत, अशी त्यांची श्रद्धा असल्याने आदिदैवतापासूनची दैवतपरंपरा, त्यांचे रूप आणि धाट, ऐतिहासिक

घटनांचे अन्योन्य संबंध, त्यातील संगती, लोकभाषा, जीवनसंबंध, भाषाप्रयोग याचे आधिभौतिक व मानवी प्रेरणांनी भारलेले संशोधन त्यांनी केले. ते मराठीत सर्वार्थाने अभिनव होते. 'पोत', 'गतिमानी', 'लोकधाटी', 'मातावळ', 'ऊर्जायन' या पुस्तकांतून श्री. द. ग. गोडसे कोणते व्यापक आकलन सादर करीत आहेत, हे कळायला मराठी वाचकांना वेळ लागला. अजून ते पुरतेपणी कळले आहे, असे नाही. याचा पडताळा त्यांच्या पंचाहत्तरीच्या निमित्ताने फेब्रुवारी १९९०मध्ये देवरुखला जे चर्चासत्र भरले त्या वेळी आला. आता या चर्चासत्रावर आधारित पुस्तक मुंबई विद्यापीठातर्फे प्रसिद्ध होत आहे. त्यांच्या संशोधनाला शिस्त नाही, असा आक्षेप पढीक अभ्यासक घेत असत. गोडसेंना कोणत्या ऊर्जेचा साक्षात्कार झाला होता, हे त्यांच्या ध्यानात येत नसे. त्यांचे आकलन अभ्यासिकेतले होते. 'समंदे तलाश' त्यांनी पाहिला नव्हता. बाजीराव-मस्तानीच्या कहाणीने गोडसेंना गेली दोन-चार वर्षे घेरून टाकले होते. या विषयावर तन्मयतेने ते तासन्‌तास बोलत राहत. त्यांच्या 'मस्तानी' या पुस्तकाला मी प्रस्तावना लिहावी, असा त्यांचा आग्रह होता. माझ्या बेशिस्तपणाने ते जमले नाही. मला आठवते, या पुस्तकाची लिहून होतील तशी नवी प्रकरणे ते मला, त्यांच्याकडे गेलो की वाचून दाखवत असत. एकदा उभे राहून त्यांनी प्रकरण वाचायला जी सुरुवात केली ते वाचन संपल्यावरच ते भानावर आले. त्या वेळी दुपारचे तीन वाजले होते. तेव्हा आम्ही बाहेर जाऊन काहीतरी जेवण केले. या ऊर्जेचा संथ प्रवाह त्यांच्या अंतर्यामी सतत वाहत असे. मस्तानीवर फार मोठा अन्याय पेशवाईतल्या कारस्थानी, स्वार्थी स्त्री-पुरुषांनी कसा केला, हे ते तळमळून सांगत. मस्तानी बाजीरावची रखेली नव्हती. ती धर्मपत्नी होती. ती यवन नव्हती, तर अनोख्या प्रणाली पंथाची होती हे ते सप्रमाण मांडत असत. मस्तानीचे ते खरे पाठीराखे होते. मस्तानीला न्याय मिळावा म्हणून ते जिवाचे रान करायला तयार होते. दूरदर्शनवर ही मालिका यावी, असे प्रयत्न चालले होते.

त्याचे पुढे काय झाले, याची कल्पना नाही. गोडसे हे मूळ चित्रकार, नेपथ्यकार, संगीतप्रेमी, हा त्यांचा रियाज, व्यवसाय संपला तरी चालू होता. दररोज अजूनही मी दहा रेखाटने हात चालू ठेवण्यासाठी करीत असतो, असे ते सांगत. त्याचप्रमाणे पखवाजावरचा त्यांचा रियाजही चालतच असे, ते कुणासमोरही वाजवीत नसत. संगत म्हणून धिम्या लयीतला

स्टोव्ह ते पेटवून ठेवत. गॅस असूनही 'स्टोव्ह' कशासाठी, असे विचारल्यावर त्यांनी हे उत्तर दिले होते. इतिहासाच्या पुस्तकांची संगत कायमची. त्यांचा ग्रंथसंग्रहही मोठा होता. एक खोली त्यांनीच भरलेली होती. चहाचा रियाजही दांडगा. 'आता मी झकास चहा करतो' असे ते मधूनच म्हणत. एकदा चहा खाली उतरून भल्या मोठ्या कपातून मांडला, की पुन्हा पातेल्यात पाणी ठेवत. जेवणाच्या टेबलावर बरण्या, डबे असत. त्यात बिस्किटे, मिठाई, जिलेबी ठेवलेली असे. चहाबरोबर जिलेबी काय खाता, असे म्हटले, की आम्ही उत्तर हिंदुस्थानी, आम्हाला मिठाई लागतेच असे सांगत. एकटेच असल्याने घराची निगा राहत नसे. एकदा मी म्हटले, की या कोपऱ्यातला ढीग काढून टाका, बरं दिसत नाही. तर ताडकन् म्हणाले, 'का? पाहिलं तर लोक व्यसनी म्हणतील ना? आहोतच आम्ही व्यसनी!' बऱ्या-वाईटाचे त्यांचे आडाखे वेगळे, वरचे आणि तिथे मात्र कडक होते. अलीकडे त्यांची मानलेली मुलगी घरी स्वयंपाकाला असे. 'ही स्वयंपाक फार रुचकर करते. तुम्हाला चालतो का बघा. चांभाराची आहे,' डोळे मिचकावून सांगत.

आपल्या जन्माची अद्भुत हकिकत सांगण्यात ते रंगून जात. ते पोटात असताना, बाळंतपणासाठी आईला माहेरी पाठविण्याची वेळ आली तर गाव नदीच्या पलीकडे आणि नदीला अचानक पूर आलेला. होडी करून नावाड्याबरोबर आईला पाठविले तर नावेभोवती पाणी गरगरायला लागले. दुसऱ्या काठावर माणसे उभी राहून हाका घालीत होती. आईचे तोंडाने नामस्मरण चालू होते, पाण्याचा आवाज चढतच होता. हा अनाहत नाद मी गर्भात असतानाच माझ्यात भिनलेला आहे, असे ते अभिमानाने सांगत. अव्वल दर्जाची प्रतिभा व ऊर्जा त्यांच्या ठिकाणी रसरसत असलेली आपल्याला जाणवत असे. अशी माणसे क्वचितच भाग्यवशात गाठ पडतात.

('रविवार सकाळ' दि. १२ जानेवारी, १९९२ मधून साभार)

❖

परिशिष्ट - ३

द. ग. गोडसे : चरित्र-रूपरेषा

◗ जन्म

३ जुलै, १९१४ रोजी खानदेशातील वढोदे या गावी.

◗ बालपण

वास्तव्य वढोदे आणि आदासे -
नागविदर्भातले प्रसिद्ध गणपती क्षेत्र

◗ शालेय शिक्षण

सावनेर, नागपूर

◗ महाविद्यालयीन शिक्षण

मॉरिस कॉलेज, नागपूर
विल्सन कॉलेज, मुंबई

◗ पदवी

बी.ए. (मराठी आणि इंग्रजी)

◗ चित्रकला शिक्षण

मुंबईचे कलामहर्षी सा. ल. हळदणकर, लंडन विश्वविद्यालयाचे प्रसिद्ध

स्लेड स्कूल आणि टाइम्स ऑफ इंडियाचे कलानिर्देशक प्रा. वॉल्टर लँगहॅमर यांच्या जवळ.

नोकरी व्यवसाय

टाइम्स ऑफ इंडिया - आर्ट डिपार्टमेन्ट

गव्हर्नमेन्ट ऑफ इंडिया - ब्रॉडकास्टिंग अॅन्ड इन्फर्मेशन पब्लिकेशन डिव्हिजन

स्ट्रोनॅक्स, एव्हरेस्ट अॅडव्हर्टायझिंग,

प्रेस सिंडिकेट, टाटा आर्ट सर्व्हिस,

बडोदे येथे महाराजा सयाजीराव विद्यापीठात प्राध्यापक आणि विभाग प्रमुख. निवृत्तीनंतर मुंबई विद्यापीठात पदव्युत्तर विद्यार्थ्यांना सौंदर्यशास्त्राचे अभ्यागत प्राध्यापक.

ढवळे प्रकाशन, माटे प्रकाशन, मौज प्रकाशन, पॉप्युलर प्रकाशन यांची मराठी प्रकाशने, नियतकालिके, वृत्तपत्रे आणि विशेष अंक यांची मांडणी आणि अंतर्बाह्य सजावट.

'वैजयंती', 'भाऊबंदकी', 'होनाजी बाळा', 'तुझे आहे तुजपाशी', 'सुंदर मी होणार', 'मुद्राराक्षस' (जर्मन), 'शाकुंतल' (जर्मन) (स्तरनिविष्), 'मृच्छकटिक', 'बॅरिस्टर', 'बावनखणी', 'हयवदन', 'अग्निपंख' आदी एकशेसातवर लहान-मोठ्या नाटकांचे नेपथ्य.

'जरा जपून', 'कुकवाचा धनी', 'रांजणवाडा' या मराठी आणि 'गुमास्ता', 'आनंदभवन' या हिंदी चित्रपटांचे कलादिग्दर्शन.

आवड

मृदंगवादन व रेषेचा रियाझ.

मृत्यू

५ जानेवारी, १९९२

द. ग. गोडसे : ग्रंथसपदा

◗ कलामीमांसा

पोत - १९६३
शक्तिसौष्ठव - १९७२
गतिमानी - १९७६
लोकधाटी - १९७९
मातावळ - १९८१
ऊर्जायन - १९८५
वाऽऽक विचार - १९९३

◗ विविधविषयक लेखसंग्रह

समंदे तलाश - १९८५

◗ नांगी असलेले फुलपाखरू - १९८९

◗ नाटक

राजयाचा पुत्र अपराधी देखा - १९६३
काळगंगेच्या काठी - १९७४

◗ एकांकिका

सोंग
संभाजीचे भूत - १९८१

◗ इतिहाससंशोधन

मस्तानी - १९८९
दफ्तनी - १९९२

◗ अप्रकाशित

भासविरचित 'प्रतिमा' (स्वैर मराठी रूपांतर)
कालिदासकृत 'शाकुंतल' (स्वैर मराठी रूपांतर)
द. ग. गोडसे : पारितोषिके आणि सन्मान

◗ पोत

महाराष्ट्र शासन पुरस्कार (१९६४)

◗ शक्तिसौष्ठव

महाराष्ट्र साहित्य परिषद - विश्वनाथ पार्वती गोखले पारितोषिक (१९७२)

◗ गतिमानी

महाराष्ट्र शासन पुरस्कार (१९७६)
मॅजेस्टिक प्रकाशन पुरस्कार (१९७६)

◗ मातावळ

महाराष्ट्र शासन पुरस्कार (१९८२)

◗ ऊर्जायन

रा. श्री. जोग पारितोषिक (१९८६)

◗ समंदे तलाश

महाराष्ट्र शासन पुरस्कार (१९८६)

◗ मस्तानी

केसरी मराठा संस्था - न. चिं. केळकर पारितोषिक (१९८९)
'अभिज्ञा' बडोदे या संस्थेतर्फे माधव आचवल - पारितोषिक (१९८९)

नेपथ्य

सर्वोत्कृष्ट नेपथ्यकार : नाट्यदर्पण मानचिन्ह - बॅरिस्टर (१९८७)

सर्वोत्कृष्ट नेपथ्यकार : नाट्यदर्पण मानचिन्ह - बावनखणी (१९८४)

अखिल भारतीय मराठी नाट्य परिषदेचे ज्योत्स्ना भोळे पारितोषिक (१९८५)

महाराष्ट्र राज्य पुरस्कार : 'अग्निपंख (१९८७)

संगीत नाटक अकादमीतर्फे - राष्ट्रीय पारितोषिक (१९८८)

मुंबई मराठी साहित्य संघाचे सन्माननीय सभासदत्व : १९८८-८९

चित्रकला

बॉम्बे आर्ट सोसायटी

दिल्ली आर्ट सोसायटी

कमर्शियल आर्टिस्ट्स गिल्ड (कॅग)

आणि टाइम्स ऑफ इंडिया यांच्याकडून अनेक पदके आणि पारितोषिके

कलाविषयक लेखनावरील समीक्षा

पोत

'पोत' - (परीक्षण), दि. के. बेडेकर, साहित्यविचार, १९६४, पॉप्युलर, मुंबई.

'पोत' - ब. स. येकुंटवार, युगवाणी, सप्टें. १९६४

'पोत' : काही प्रतिक्रिया - ना. ग. जोशी, सत्यकथा, एप्रिल १९६५

'पोत' : (परीक्षण) - नरहर कुरुंदकर, आलोचना, ऑक्टोबर, १९६५

'पोत' : (परीक्षण) - व. र. आंबेरकर, - वसंत दावतर, आलोचना, फेब्रुवारी १९६६

'पोत' : काही विचार' - शरच्चंद्र मुक्तिबोध, आलोचना, जून १९६६

'पोत' - गो. म. कुलकर्णी, खंडनमंडन, १९६८, पॉप्युलर, मुंबई

'पोत : काही पुस्तके' - पु. शि. रेगे, छांदसी, १९६८ (दु. आ.) मौज, मुंबई

'पोत' - भ. मा. परसवाळे, प्रतिष्ठान, सप्टें-डिसें., १९७८

'द. ग. गोडसे ह्यांची 'पोत'ची संकल्पना' - म. वा. धोंड, सौंदर्यविचार, १९८३, मुंबई, मराठी साहित्य संघ

'द. ग. गोडसे यांचा पोतविचार' - म. सु. पाटील, अक्षरवैदर्भी, ऑगस्ट, १९९०

शक्तिसौष्ठव

'शक्तिसौष्ठव' - दुर्गा भागवत, ललित, ऑक्टोबर, १९७३

'शक्तिसौष्ठव' - अशोक कृष्णाजी जोशी, सत्यकथा, डिसेंबर, १९७३

'शक्तिसौष्ठव' - नाना जोशी, महाराष्ट्र टाइम्स, २९ एप्रिल, १९७३

'शक्तिसौष्ठव' (चर्चा) - नाना जोशी, सत्यकथा, जुलै, १९७४

गतिमानी

'शिवकालीन शक्तिसौष्ठव व आशयनिष्ठ समीक्षा ह्यांचा गतिमान आविष्कार : गतिमानी' - वि. ह. कुलकर्णी, लोकसत्ता, २० जून, १९७६

'गतिमानी : आशयनिष्ठ इतिहास-संशोधन' - श्री. के. क्षीरसागर, महाराष्ट्र टाइम्स, ४ एप्रिल, १९७६

लोकधाटी व मातावळ

'लोकधाटी' - मेधा दिवेकर, ललित, मार्च १९८०

'लोकधाटी' - शंकर जोशी, संग्रहालय, ५ ऑगस्ट, १९८०

'लोकधाटी' - गो. बं. देगलूरकर, युगवाणी, डिसें. १९८०, जाने. १९८१

'लोकधाटी : एक अनुभव' - अनुराधा फडके, महाराष्ट्र टाइम्स, सप्टें. १९८१

'गोडसे यांची लोकधाटी' (पूर्वार्ध व उत्तरार्ध) - नाना जोशी, समाज प्रबोधन पत्रिका, सप्टें.-ऑक्टो. १९८१ व नोव्हे.-डिसें. १९८१

'लोकधाटी - मातावळ' - गं. ब. ग्रामोपाध्ये, नवभारत, जुलै, १९८५

ऊर्जायन

'जाणिवेच्या कक्षा रुंदावणारे ऊर्जायन' - दीपक घारे, महाराष्ट्र टाइम्स,

२९ जून, १९८६

'ऊर्जायन : काही विचार' - कमल देसाई, अनुष्टुभ, मे-जून, १९८६

◗ समग्र कलासमीक्षा

'गोडसे यांची कलासमीक्षा' - कमल देसाई - विशाखा, जून, १९८७

'पठडी पंडितांना न झेपलेला कलासमीक्षक' - आनंद यादव, केसरी, १४ ऑक्टो., १९८९

'चित्रकार द. ग. गोडसे यांचा ऊर्जाविचार' - डॉ. शरच्चंद्र विष्णू गोखले, आलोचना, एप्रिल - मे, १९९०

'द. ग. गोडसे यांच्या कलामीमांसेची पृथगात्मता आणि मर्यादा' - दीपक हणमंतराव कन्नल, आलोचना, जून-जुलै, १९९०, नवभारत, जून-जुलै १९९६

(द. ग. गोडसे यांची कलामीमांसा :

संपादक : डॉ. सरोजिनी वैद्य आणि डॉ. वसंत पाटणकर, यातून साभार)

❖